. వచ్చినదేవుడు మానవులందరినీ సమానం చేసాడు, కానీ సంకుచిత మనస్తత్వం మరియు సనాతన సంప్రదాయాలు అంటరానితనం మరియు అసమానతలకు దారితీశాయి. ఇంత బలహీనమైన పునాదులు ఉన్న దేశం సమానత్వం మరియు సోదరభావానికి జన్మనిస్తుందని ఆశించలేము. కులతత్వం, మానవజాతి యొక్క శాపం, ఇది భారతీయ సామాజిక నిర్మాణాన్ని చాలా గట్టిగా పట్టుకుంది, సోదరభావానికి బదులుగా విభేదాల బీజాలను నాటింది. కానీ, 25 డిసెంబర్ 1927న, గొప్ప మానవతావాది డాక్టర్ భీమ్‌రావ్ అంబేద్కర్ 'మనుస్మృతిని నిప్పులో కాల్చివేసి, అణచివేయబడిన మరియు నిస్సహాయ నాలుకకు కొత్త ప్రసంగం ఇచ్చారు. ఇది ప్రారంభం మాత్రమే. 1925లో, అంటరాని వారికి రిజర్వేషన్ కోసం డిమాండ్ చేయబడింది, దీనిని బ్రిటీష్ ప్రధాని రామ్‌సే మక్‌డొనాల్డ్ 20 ఆగస్టు 1932న ఆమోదించారు. అన్ని మతాలకు మానవత్వమే ప్రాతిపదికగా భావించిన డాక్టర్ అంబేద్కర్ శతాబ్దాలుగా అతని జ్ఞానం మరియు జ్ఞానం కోసం గుర్తుండిపోతారు.

D9900588

ఆధునిక భారతదేశం యొక్క వాస్తుశిల్పి

డా. భీమ్‌రావ్ అంబేద్కర్

రచన - మహేష్ అంబేద్కర్

డైమండ్ బుక్స్

ప్రచురణకర్త

ప్రచురణకర్త : డైమండ్ పాకెట్ బుక్స్ (ప్రైవేట్) లిమిటెడ్.
X-30, ఓఖ్లా ఇండస్ట్రియల్ ఏరియా, ఫేజ్ -II
న్యూఢిల్లీ -110020
ఇ-మెయిల్ : sales@dpb.in
వెబ్‌సైట్ : www.dpb.in
ఎడిషన్ : 2022

దీ ఆర్కిటెక్ట్ ఆఫ్ మోడర్న్ ఇండియా: డా. భీమ్‌రావ్ అంబేద్కర్

రచన - మహేష్ అంబేద్కర్

ముందుమాట

మనుస్మృతి ప్రతిని దహనం చేశారు. అగ్ని. మనుస్మృతి వ్యాప్తికి కారణమని అతని నమ్మకం దేశంలో కులతత్వం. డా. అంబేద్కర్ 1928లో సైమన్ కమిషన్ ముందు అస్పృశ్యులకు ప్రత్యేక ప్రాతినిధ్యం మరియు రిజర్వేషన్ డిమాండ్‌ను సమర్పించారు మరియు 20 నేడు, మన దేశం చాలా కష్టతరమైన కాలాన్ని ఎదుర్కొంటోంది. మతతత్వం మరియు కులతత్వం అనే క్యాన్సర్ దేశాన్ని మొత్తం నాశనం చేస్తోంది మరియు చుట్టూ హింస మరియు చీకటిని వ్యాపింపజేస్తోంది. అటువంటి సమయంలో మనకు ఒక జ్వాల అవసరం, ఇది అన్నింటికంటే స్వార్థాన్ని అధిగమించి, సోదరభావం యొక్క స్వచ్ఛమైన కాంతితో వెలిగిపోతుంది. పగలైనా, రాత్రైనా అస్తమించని సమానత్వపు సూర్యుడు మనకు కావాలి, అది శాంతి సౌభ్రాతృత్వపు వెలుగులను ప్రతిచోటా ప్రసరింపజేస్తుంది మరియు ఎవరి తాపం వల్ల మతవాదం అనే క్యాన్సర్ వస్తుంది. మన దేశం నుండి శాశ్వతంగా తొలగించబడింది. మన గతం, వర్తమానం మరియు భవిష్యత్తును పరిశీలిస్తే, ఈ ప్రమాణాలకు అనుగుణంగా ఉండే ఒకే ఒక్క పేరు మనకు కనిపిస్తుంది. నిస్సందేహంగా అది బాబా సాహబ్ భీంరావ్ అంబేద్కర్ పేరు అవుతుంది. మరియు అది సరైనదే, ఎందుకంటే అతని జీవితమంతా వేర్పాటువాదం మరియు అంటరానితనానికి వ్యతిరేకంగా పోరాటంలో గడిపాడు. భారతదేశం మొత్తం బ్రిటిష్ పాలనలో ఉన్న ఆ కాలంలో ఆయన జన్మించారు. ఆర్య సమాజాన్ని స్థాపించిన మహర్షి దయానంద్ ఆయన పుట్టకముందే మరణించారు. అతని సంస్థ సామాజిక సంస్కరణ, విద్య మరియు హరిజనుల సంక్షేమంలో నిమగ్నమై ఉంది. ఆ సమయంలో కాంగ్రెస్ స్వాతంత్ర్య పోరాటంలో పూర్తిగా నిమగ్నమై లేనప్పటికీ అఖిల భారత కాంగ్రెస్ కూడా ఏర్పడింది. అవును, ఇది ఖచ్చితంగా సంస్కరణలు మరియు విద్య దిశలో పని చేస్తోంది. డాక్టర్ అంబేద్కర్ కౌమారదశ బొంబాయిలోని బహిరంగ వాతావరణంలో గడిచింది. ఆ సమయంలో, తిలక్ మరియు ఇతర గొప్ప నాయకులు స్వాతంత్ర్య పోరాటంలో హృదయపూర్వకంగా నిమగ్నమై ఉన్నారు. ఇక్కడ, అప్పటి వరకు భీమ్‌రావ్ అంబేద్కర్ మాత్రమే అయిన డాక్టర్ అంబేద్కర్ తన చదువులో బిజీబిజీగా ఉన్నాడు, అతను చదువుల రణరంగంలో ఉన్నత విద్య కోసం పోరాడుతున్నాడు. 66 ఏళ్ల జీవితంలో డాక్టర్ అంబేద్కర్ ఎన్నో చిరస్మరణీయమైన ప్రదర్శనలు చేశారు పనులు. వీటి పూర్తి వివరణ క్రింది పేజీలలో ఇవ్వబడింది. వాటిలో కొన్ని ఇక్కడ కూడా ప్రస్తావించబడుతున్నాయి. 25 డిసెంబర్ 1927న డా. అంబేద్కర్ ఆగస్టు 1932న బ్రిటీష్ ప్రధాని రామ్‌సే మక్‌డొనాల్డ్ అంటరానివారికి ప్రత్యేక ప్రాతినిధ్యం డిమాండ్‌ను అంగీకరించారు. 'హరిజన్' అనే పదంపై డాక్టర్ అంబేద్కర్ మనసులో విపరీతమైన కోపం వచ్చింది. 'దళితులే హరిజనులైతే.. మిగిలిన వారి సంగతేంటి? ఈ ప్రశ్న వెనుక ఉన్న సూత్రం సమానత్వం కోసం అతని కోరిక. అందుచేత, ఆనాటి భారతీయులే కాదు, నేటి తరం కూడా డాక్టర్ అంబేద్కర్‌ను అతని వివేకం మరియు మేధస్సు కోసం గౌరవించారు; మరియు భారత ప్రభుత్వం కూడా అతని ఈ అభిప్రాయాన్ని అంగీకరించింది మరియు 14 ఏప్రిల్ 1990 నుండి 13 ఏప్రిల్ 1991 వరకు,

అతని జన్మ శతాబ్ది సంవత్సరాన్ని గొప్ప ఉత్సాహంతో మరియు గౌరవంతో జరుపుకుంది. ఏప్రిల్ 1990లో అత్యున్నత జాతీయ పురస్కారం 'భారతరత్న'తో సత్కరించారు. డా.అంబేద్కర్ లాంటి మహానుభావుడి కృషిని ఈ పేజీలలో వర్ణించడం సాధ్యం కాదు, కానీ ఇప్పటికీ ఈ పుస్తకంలో డాక్టర్ అంబేద్కర్ యొక్క మరపురాని కృషిని హైలైట్ చేసే ప్రయత్నం చేసాము. ఈ ప్రయత్నంలో మనం ఎంతవరకు సఫలమయ్యామో ఈ పుస్తకం చదివిన తర్వాత పాఠకులు నిర్ణయించగలరు.

ఇండెక్స్

1. నేపథ్య

దేశ భవిష్యత్తు సామాజిక, రాజకీయ, ఆర్థిక ప్రగతిపై నాకు ఎలాంటి సందేహాలు లేవు. ఈ రోజు మనం రాజకీయ, సామాజిక మరియు ఆర్థిక రంగాలలో విభజించబడ్డామని నాకు తెలుసు. ప్రజల మధ్య ఉద్రిక్తత, వైషమ్యాలు వ్యాపించాయి. ఈ అసంతృప్త వర్గానికి నేనే నాయకుడు అని కూడా నాకు తెలుసు. ఇన్ని ఉద్రిక్తతలు, అసమ్మతి ఉన్నప్పటికీ, సమయం వచ్చినప్పుడు మరియు పరిస్థితి మారినప్పుడు, ఈ దేశ ఐక్యతకు ఎటువంటి అవరోధం ఉండదని నాకు పూర్తి నమ్మకం ఉంది. మనలో రకరకాల కులాలు, అభిప్రాయ భేదాలు ఉన్నప్పటికీ మనం ఏదో ఒక రూపంలో ఒకే జాతిగా మారతామని నిస్సందేహంగా చెప్పగలను. భారతదేశ విభజన కోసం ముస్లిం లీగ్ డిమాండ్ చేస్తున్నప్పటికీ, అఖండ భారతదేశం అందరి ప్రయోజనాల కోసం ముస్లింలు స్వయంగా ఆలోచించి, అర్థం చేసుకునే రోజు వస్తుందని చెప్పడానికి నాకు ఎటువంటి సందేహం లేదు.

పైన పేర్కొన్న పంక్తులు 1946 డిసెంబర్ 17న రాజ్యాంగ పరిషత్ సమావేశంలో చేసిన ప్రసంగం నుండి సారాంశాలు. ఆ రోజు ఆయన వ్యక్తం చేసిన ఈ భావాలు నేటికీ నిజం. భారతదేశం యొక్క ఐక్యత కోసం నిజాయితీగా పోరాడుతున్న ప్రజలు దీనిని అర్థం చేసుకోగలరు. అప్పటి భారత ప్రధాని పండిట్ జవహర్‌లాల్ నెహ్రూ ఈ ప్రసిద్ధ శాసనసభ్యుడు భీమ్‌రావ్ అంబేద్కర్‌ను భారత రాజ్యాంగ ముసాయిదా కమిటీకి ఛైర్మన్‌గా చేశారు. ఈ రాజ్యాంగంలో 'శూద్రులు' అనే వ్యక్తుల పేరును 'షెడ్యూల్డ్ కులాలు' అనే ప్రత్యేక పేరుగా మార్చినది డాక్టర్ అంబేద్కర్. డా. అంబేద్కర్ స్వయంగా ఈ 'షెడ్యూల్డ్ కులం'లో భాగమే. ఇదే షెడ్యూల్డ్ కులానికి సంబంధించి ఆయన మాట్లాడుతూ- "శూద్రులు అట్టడుగు వర్గం, వారిని అభివృద్ధి చెందనివ్వని ఆంక్షల వలయంలో చిక్కుకున్నారు. శూద్రుల సమస్య యొక్క ప్రాముఖ్యతను ప్రజలు ఇంకా అర్థం చేసుకోలేదు. హిందూ సమాజంలో శూద్రులు మెజారిటీలో ఉన్నారని, శూద్రులు అభివృద్ధి చెందకపోతే సమాజం పురోగమించదని మర్చిపోయారు. భారతదేశ భవిష్యత్తు మరియు హిందూ సమాజం యొక్క ఐక్యత నాలుగు తరగతులపై ఆధారపడి ఉంది ... " తరువాత, అతను షెడ్యూల్డ్ కులాల సభ్యులను దోపిడీ మరియు అణగారిన (దళిత) తరగతి అని పిలవడం ప్రారంభించాడు. అతను వారి గురించి చెప్పాడు-"...ఈ దోపిడీకి గురవుతున్న ప్రజల సేవలో నా జీవితమంతా త్యాగం చేస్తానని నా ప్రతిజ్ఞ, వీరిలో నేను కూడా ఒకడినే, నేను పెరిగిన మరియు నేను భాగమైన ఈ వ్యక్తుల సేవలో నేను లొంగను. నా ఈ బాధ్యత నుండి ఒక అంగుళం కూడా మరియు నా పోటీదారులు మరియు ప్రత్యర్థుల విమర్శల గురించి నేను చింతించను." ఇక్కడ డా.అంబేద్కర్ చెబుతున్న దోపిడీ వర్గం దళిత వర్గం 'మహర్'. మహర్‌లు మహారాష్ట్రలో మెజారిటీగా ఉన్నారు మరియు వారు భారతదేశంలోని వివిధ ప్రావిన్సులు మరియు రాష్ట్రాలలో వివిధ సంఖ్యలో కనిపిస్తారు, ఇది మరాఠీ యొక్క ఈ సామెత ద్వారా రుజువు చేయబడింది "ఎక్కడైనా గ్రామం ఉంటే, మరాఠ్వాడా కూడా

ఉంటుంది; మరియు ఎక్కడ మరాఠీలు ఉన్నాయో అక్కడ మాట్లాడే ప్రజలు, మహర్షులు కూడా అక్కడికి వెళతారు." ఈ విధంగా, మహర్ కులం మరాఠా, మరాఠీ మరియు మరాఠ్వాడాలో అంతర్భాగంగా ఉంది మరియు నేటికీ ఉంది. మొత్తం జనాభాలో 9% మహర్ కులానికి చెందిన వారని నమ్ముతారు. మహర్ కులాన్ని మహారాష్ట్ర రాష్ట్రంలో అత్యంత ధైర్యవంతులుగా భావిస్తారు. మహారాష్ట్ర సింహం ఛత్రపతి శివాజీ సైన్యంలో, ఆయన తర్వాత పీష్వాల సైన్యంలో మహర్ సైనికులు సైన్యానికి వెన్నుదన్నుగా నిలిచారు. వారు అనేక పోరాటాలలో పాల్గొన్నారు. బ్రిటీష్ పాలన స్థాపన తర్వాత, 19వ శతాబ్దంలో, సైన్యంలోని బొంబాయి ప్రెసిడెన్సీ ఫోర్స్ యొక్క నాల్గవ ఏర్పాటులో మహర్‌లు ఉన్నారు. భారతదేశానికి స్వాతంత్ర్యం వచ్చిన తర్వాత, ఇండో-పాక్ యుద్ధం ప్రారంభమైనప్పుడు, ఆ 14 రోజుల చారిత్రక యుద్ధంలో, మహర్ రెజిమెంట్ తన యుద్ధ నైపుణ్యాలను చాలా ధైర్యంగా ప్రదర్శించింది. మహర్ కులానికి చెందిన ప్రజలు మొదటి నుండి తమను తాము భూస్వాములుగా భావించారు. ఏ కుటుంబంలోనైనా భూ విభజన సమస్య వచ్చినప్పుడు ఆ సమస్యను పరిష్కరించేందుకు మహర్లను పిలుస్తారని మహారాష్ట్రలో ప్రసిద్ధి చెందింది. ఆ మహర్ భూమిని నిబంధనల ప్రకారం విభజించడమే కాకుండా అక్కడ గోడలు కట్టి హద్దులు గుర్తించేవాడు. గ్రామంలోని పొలాలు, వాటి భద్రత చూసే బాధ్యత కూడా మహర్షుల చేతుల్లోనే ఉండేది. ఒక గ్రామం నుండి మరొక గ్రామానికి సందేశాలను చేరవేసే పని కూడా మహర్ దూతలచే నిర్వహించబడింది. అంతా మారాలి అనే అనాదిగా వస్తున్న ఆచారం ప్రకారం, మహర్‌లు కూడా మార్పును స్వీకరించి, వారి సాంప్రదాయక పనిని వదిలిపెట్టి, శ్మశాన వాటికలకు కలపను సరఫరా చేయడం, చనిపోయిన జంతువులను ఏరివేయడం మరియు వాటిని ఊరి నుండి బయటకు పంపడం మొదలైన పనులు చేయడం ప్రారంభించారు. , మరాఠీ సమాజంలో మహర్‌ల గురించి ప్రతికూల భావన అభివృద్ధి చెందడం ప్రారంభమైంది మరియు నెమ్మదిగా ఈ భావన మహర్లను "అంటరానివారు" అని పిలవడానికి కారణం అయింది. అప్పట్లో భారతదేశంలో బ్రిటిష్ పాలన ఉండేది. డాక్టర్ అంబేద్కర్ తండ్రి రామోజీ మాలోజీ అంబేద్కర్ బ్రిటిష్ సైన్యంలోని గ్రెనేడియర్ రెజిమెంట్‌లో సుబేదార్ మేజర్. మహర్లను సైన్యంలో చేర్చుకోవడం ఆగిపోయిందన్న వార్త అతనిని చాలా కలవరపెట్టింది. రామోజీ మలోజీ వెంటనే జస్టిస్ ఎస్.సి.గణేష్ వద్దకు వెళ్లి, సైన్యంలోకి మహర్లను అనుమతించకూడదనే విషయాన్ని నొక్కిచెప్పి బ్రిటిష్ ప్రభుత్వం తీసుకున్న ఈ నిర్ణయానికి వ్యతిరేకంగా అప్పీలు సిద్ధం చేసుకున్నారు. రామోజీ ఈ విజ్ఞప్తిని భారత ప్రభుత్వానికి పంపారు. కానీ, భారత ప్రభుత్వం దీనిని పట్టించుకోలేదు. దీనికి నిరసనగా ఉద్యమాన్ని ప్రారంభించడం దీని ఫలితమే ఉద్యమం ప్రారంభించడం పిల్లల ఆట కాదు. దీనికి, ప్రజల మద్దతు అవసరం మరియు భారీ సంఖ్యలో ప్రజలను నియంత్రించడానికి మరియు వారిని నడిపించే నాయకుడు కూడా అవసరం. కానీ, దృఢ నిశ్చయం ఉన్న వ్యక్తి రామోజీ, శివరామ్ జాన్వా కాంబ్లే, బహదూర్ భట్నాగర్, సుబేదార్ ఘాట్గే, సుబేదార్ సెట్డేకర్‌ల సహాయంతో ఈ కష్టమైన పనిని నిర్వహించి, మహర్లను సైన్యంలోకి అనుమతించకూడదనే నిర్ణయానికి వ్యతిరేకంగా బలమైన ఉద్యమాన్ని ప్రారంభించారు. ఈ ఉద్యమ

ఫలితం కూడా మహర్లకు అనుకూలంగానే వచ్చింది. మహర్లకు బ్రిటిష్ సైన్యం తలుపులు తెరుచుకున్నాయి. మహర్లను వీర సైనికులుగా పరిగణిస్తారు. బొంబాయిలో 750 మంది మహర్ దళాలతో ఈస్టిండియా కంపెనీకి చెందిన 25 మహర్ రెజిమెంట్లు ఉన్నాయనే వాస్తవం ఇది రుజువు చేయబడింది. మొదటి మరియు రెండవ ప్రపంచ యుద్ధంలో, మహర్‌లు తమ ఎనలేని ధైర్యసాహసాలు మరియు ధైర్యసాహసాల గురించి చక్కగా వివరించారు. వారి ఈ ధైర్యం కారణంగా, దీనికి మహర్ రెజిమెంట్ అని పేరు పెట్టారు. స్వాతంత్ర్యానంతరం భారత రాష్ట్రపతి ఈ మహర్ రెజిమెంట్‌కు 'యశ్సిద్ధి' జెండాను బహూకరించి సైన్యంలో ప్రముఖ స్థానాన్ని కల్పించారు.మొదటి ప్రపంచ యుద్ధ సమయంలో, సైన్యంలోకి మహర్‌ల చేరికపై మరోసారి చాలా సమస్య వచ్చింది. కోపంతో అగ్నిపర్వతం రావడం సహజం ఈ పరిమితి కారణంగా మహర్లలో విస్ఫోటనం చెందుతుంది. ఫలితంగా, ది మహర్షులు తిరుగుబాటు చేయడం ప్రారంభించారు. ప్రపంచ యుద్ధం ముగిసే వరకు అధికారిక నిర్ణయం తీసుకోలేదు ఈ సమస్యపై తీసుకోబడింది. ఇది మాత్రమే కాదు, మొదటి ప్రపంచ యుద్ధం ముగిసిన వెంటనే, మహర్ రెజిమెంట్ రద్దు చేయబడింది మరియు సైన్యంలోకి మహర్‌ల ప్రవేశం పూర్తిగా నిలిపివేయబడింది. ఇక్కడ, మా పుస్తకంలోని కథానాయకుడు దాదాపు అదే సమయంలో భారతీయ హోరిజోన్‌లో ప్రకాశవంతమైన నక్షత్రంలా ప్రకాశించడం ప్రారంభించాడు అతను 1923లో న్యాయ పరీక్షలో ఉత్తీర్ణుడయ్యాడు. సైన్యంలోకి మహర్‌ల ప్రవేశానికి సంబంధించిన అంశం ఇంకా సజీవంగానే ఉంది. డాక్టర్ అంబేద్కర్ ఈ విషయాన్ని తన చేతుల్లోకి తీసుకున్నారు మరియు పూర్తి తయారీతో మరియు సుబేదార్ D.V సహాయం మరియు మద్దతును తీసుకున్నారు. ఖంటే మరియు ఇతర మహర్ సైనిక అధికారులు, ఈ కేసును స్వయంగా కోర్టులో పోరాడారు మరియు ఈ పరిమితిని తొలగించడంలో విజయం సాధించారు. డాక్టర్ అంబేద్కర్ కృషి మరియు నిజమైన అంకితభావం ఫలితంగానే నేడు మహర్ రెజిమెంట్ 15 బెటాలియన్లను కలిగి ఉంది. ఇది మాత్రమే కాదు, ఇది భారత సైన్యం యొక్క అతిపెద్ద రెజిమెంట్ అనే కీర్తిని కూడా కలిగి ఉంది. 1946లో మహర్ మెషిన్ గన్ రెజిమెంట్ కూడా ఏర్పాటైంది. నేటికీ, ఇది సైన్యంలో అత్యంత బలమైన మరియు అత్యంత వనరులతో కూడిన రెజిమెంట్‌గా కీర్తిని కలిగి ఉంది. సైన్యంలో మహర్షులు ఏం సాధించినా దానికి పూర్తి క్రెడిట్ రామోజీకి, ఆయన కుమారుడు డా.భీంరావు అంబేద్కర్‌కే దక్కాలి. ఈ రెజిమెంట్‌ను రక్షించడానికి తండ్రీ కొడుకులు అలుపెరగని ప్రయత్నం చేయకపోతే, మహర్ రెజిమెంట్ కాలగర్భంలో ఎక్కడ పాతిపెట్టబడి ఉండేదో ఎవరికి తెలుసు.

2.అంబేద్కర్ బాల్యం

సుబేదార్ మేజర్ రామోజీ సక్పాల్‌కి పద్నాలుగో సంతానం. ౯ ఉండటం. అంబేద్కర్ చిన్ననాటి పేరు భీమ్ సక్పాల్. అతను కుటుంబంలో చిన్నవాడు, అతను అందరి పెంపుడు జంతువు కూడా. కానీ, తల్లి ప్రేమ చాలా కాలం అతని విధిలో లేదు. అతనికి 7 సంవత్సరాల వయస్సు ఉన్నప్పుడు, అతని తల్లి శ్రీమతి భీమాబాయి తన తల్లి అనురాగాన్ని కోల్పోయి స్వర్గవాసం కోసం బయలుదేరింది భీమ్ సక్పాల్ బాల్యం మహారాష్ట్రలోని ప్రసిద్ధ రత్నగిరి ప్రాంతంలో గడిచింది, కానీ తల్లి ప్రేమ లేకపోవడం అతనిపై ప్రభావం చూపింది. తల్లి లేని ఆ బాల్య సంవత్సరాల్లో భీమ్ సక్పాల్ మానసిక స్థితిని స్వయంగా ఇలాంటి పరిస్థితిని ఎదుర్కొన్న వ్యక్తి మాత్రమే ఊహించగలడు. సక్పాల్ జన్మించిన సమయంలో, మహర్షులు శూద్రులంత నీచమైన వర్గం అనే ఇమేజ్ స్థాపించబడింది. దీనికి కారణం పుస్తకం యొక్క మునుపటి పేజీలలో వివరించబడింది. అయితే రామోజీ మాలోజీ అంబేద్కర్ ఇంట్లో కొడుకు పుట్టడంతో ఆ కుటుంబం అంతా ఆనంద వాతావరణం నెలకొంది. మహారాష్ట్ర సంప్రదాయాల ప్రకారం, ఆ బిడ్డను మహర్ స్వామి ఆశీర్వదించారు మరియు భీమ్ సక్పాల్ అని పేరు పెట్టారు. ఇతర తెగల మాదిరిగానే, రామోజీ మాలోజీ అంబేద్కర్ పూర్వీకులు కూడా వారి దేవతలు మరియు దేవతలైన జాఖై, మొసాయిలను ఆరాధించేవారు. దీనితో పాటు, వారు వేటాల్, మహాస, బహ్రా, మద్వి, మరిపాయి మొదలైన వాటిని కూడా పూజించేవారు. ఈ దేవుళ్ళు మరియు దేవతల స్థలాలు గ్రామంలో ఒక మూలలో ఉన్నాయి, అక్కడ వారు పూజించబడ్డారు. మహర్ కులానికి చెందిన చోఖమేలా అనే ప్రసిద్ధ సాధువు ఉన్నాడు. హృదయపూర్వక కవి కావడంతో భక్తిగీతాలు రాసేవాడు. కాలక్రమేణా, మహర్ కులంలో అతని భక్తిగీతాల ప్రభావం పెరిగింది మరియు మహర్లలో లోతైన భక్తి భావాన్ని నింపింది. సాధువు మరణించినప్పుడు, పంధేర్‌పూర్‌లోని అతని సమాధి స్థలంలో, ఒక ఆలయాన్ని నిర్మించారు. నేటికీ, మహర్ కవి సాధువు యొక్క ఈ ఆలయంపై చాలా బలమైన నమ్మకం మరియు విశ్వాసం ఉంది. మహర్ కులానికి చెందిన వారు ఈ ఆలయానికి దూర ప్రాంతాల నుండి వస్తుంటారు వారి భక్తి మరియు విశ్వాసాన్ని వ్యక్తం చేయండి మరియు వారి భక్తి పుష్పాలను సమర్పించండి అతని పాదాలు. రామోజీ మాలోజీ అంబేద్కర్ కుటుంబం పవిత్ర చోఖమేలా యొక్క ఆత్మను కదిలించే భక్తిగీతాలకు ఎలా అంటుకోకుండా ఉంటుంది? అతని పాటలు వారి ఇంట్లో తరచుగా పాడేవారు, మరియు అతని కుటుంబం కూడా అప్పుడప్పుడు పంధేర్పూర్ దేవాలయంలో దేవుళ్ళను మరియు దేవతలను పూజించడానికి వెళ్ళేవారు. ఒక వ్యక్తి యొక్క వ్యక్తిత్వం ఎక్కువగా అతని స్నేహితులు మరియు సహచరులచే రూపుదిద్దుకుంటుందని అంటారు. కాబట్టి, నెమ్మదిగా, బాల సక్పాల్ కూడా తన కుటుంబంలోని వాతావరణానికి ప్రభావితమయ్యాడు. వీర మహర్ సైనికుడి ఇంట్లో పుట్టడం వల్ల, అతని తండ్రి మరియు మహర్ కులస్థుల ధైర్యం కూడా అతనిలో పాతుకుపోయింది. తన తండ్రి నమ్మకాలు,

పోరాటాలు, తిరుగుబాటు భీమ్ సక్పాల్‌పై ప్రభావం చూపడం సహజం. కాకపోతే, పిల్లలు ఆకట్టుకునే మనస్సు కలిగి ఉంటారు. ఒక సంఘటన లేదా సంఘటన వారి మనస్సులలో లోతుగా చెక్కబడి, అక్కడ శాశ్వత స్థానాన్ని ఏర్పరుస్తుంది. ఇంట్లోనూ, బయటా తన చుట్టూ ఉన్న పోరాట వాతావరణాన్ని చూసి ప్రశ్నించే భావం, నిరసన భావం అతనిలో బలంగా పెరిగింది. చిన్ననాటి సంఘటనలు పిల్లల మనసులో చెరగని ముద్ర వేస్తాయి. ఆ ప్రభావం మంచి సంఘటనలు లేదా చెడు సంఘటనలు అయినా, ప్రభావం శాశ్వతంగా ఉంటుంది. కేవలం ఆరేళ్ల వయసులో సక్‌పాల్‌తో అలాంటిదే జరిగింది. ఒకసారి సక్పాల్ తన అన్నయ్యతో కలిసి ఎద్దుల బండిలో వేరే ఊరికి వెళ్తున్నాడు. బండి నడిపేవాడికి వారి కులం గురించి ఏమీ తెలియదు, ఎందుకంటే అతని నుదుటిపై ఎవరి కులం వ్రాయబడలేదు. మానవులందరి బాహ్యరూపం ఒకేలా ఉంటుంకానీ, విధి మరోలా ఉంది. ఎద్దుల బండిలో సక్పాల్ మరియు అతని సోదరుడు కాకుండా మరికొందరు కూడా ఉన్నారు. టైం పాస్ చేయడానికి అందరూ ఒకరితో ఒకరు మాట్లాడుకోవడం మొదలుపెట్టారు. సక్పాల్ మరియు అతని అన్నయ్య మహర్ కులానికి చెందిన వారని వారి సంభాషణ నుండి అందరికీ తెలిసింది. అకస్మాత్తుగా, సక్పాల్ మరియు అతని సోదరుడి పట్ల డ్రైవర్ ప్రవర్తన మారింది. అతనికి విపరీతమైన కోపం వచ్చింది. వారిద్దరూ మహర్ లేదా పండిట్ కులాలపై అవగాహన లేని చిన్న, అమాయక పిల్లలని అతను మరచిపోయాడు. వారికి కులాలు లేదా కుల వ్యవస్థతో సంబంధం ఏమిటి? కానీ, డ్రైవర్ కోపంతో పిచ్చివాడయ్యాడు. చిన్నపిల్లలిద్దరినీ బండి దిగమని అడిగాడు. కానీ, డ్రైవర్ సమస్య ఏమిటంటే, అతను అపవిత్రుడు అవుతాడనే భయంతో మహర్ పిల్లలిద్దరినీ ముట్టుకోలేడు. కానీ, అతను ఆవేశంగా వారిని చూస్తూనే ఉన్నాడు. చివరకు పిల్లలు దిగి మిగిలిన దూరం కాలినడకన వెళ్లాల్సి వచ్చింది.కాలినడకన చాలా దూరం నడిచే శ్రమ మరియు అతను చేసిన అవమానం భరించవలసి వచ్చింది బాల సక్పాల్ మనస్సుపై లోతైన ముద్ర వేసింది. ఏడుస్తోంది దీంతో పిల్లలిద్దరూ తమ తండ్రికి జరిగిన అవమానాన్ని తీవ్రంగా చెప్పారు. వాళ్ల నాన్న కూడా చాలా కోపంగా అనిపించింది మరియు ప్రతీకారం తీర్చుకోవాలనే కోరిక అతనిలో పెరిగింది. పరిస్థితిని విశ్లేషించి, వారి తండ్రి తన కొడుకులకు అత్యున్నత విద్యను అందిస్తానని మరియు ఉన్నత కులాలతో ఉన్నత స్థానాలకు చేరుకోవడానికి సహాయం చేస్తానని నిర్ణయానికి వచ్చారు. అతని కుమారులు కూడా ఉన్నత విద్యను పొందుతారని వారి తండ్రి యొక్క ఈ ప్రతిజ్ఞను పునరావృతం చేశారు, ఎందుకంటే ఉన్నత స్థానాలను పొందేందుకు ఇది ఏకైక మార్గం.

ఇంటిని విడిచిపెట్టిన పిల్లల మనస్సు

ఫిమ్ సలెనాల్ పైన్ యొక్క టెండర్ బోర్డ్ మరొకటి దీనికి భంగం కలిగించింది సంఘటన. వీలైనంత త్వరగా ఉన్నత విద్యను సాధించాలన్నారు. ఒకరోజు, అతని ఈ కోరిక అన్ని హద్దులు దాటింది, మరియు అతను ఎవరికీ చెప్పకుండా తన ఇంటిని విడిచిపెట్టి, తన సోదరి ఇంటికి బొంబాయి నగరానికి

చేరుకున్నాడు. అతని ప్రకారం, గ్రామంతో పోలిస్తే నగరంలో మంచి విద్యకు అవకాశాలు ఎక్కువగా ఉన్నాయి మరియు అక్కడ కుల ఆంక్షలు కూడా లేవు. నగరంలో సక్పాల్ అనే మహార్ ఎవరో తెలుసా? తన సోదరుడిని చూడగానే, అతని సోదరి కూడా చాలా ఆశ్చర్యంతో పాటు సంతోషించింది. తమ్ముడు ఊరు విడిచి నగరానికి రావడానికి గల కారణం విని చాలా బాధపడింది. మహానగరంలో జీవితం బయటి నుండి మరొకటి మరియు లోపల నుండి చాలా భిన్నంగా ఉంటుంది. మహానగర సమాజంలోని కుల వ్యవస్థ వివక్ష బాధను ఆమె స్వయంగా భరిస్తున్నారు. మహానగరంలో ఈ దుర్మార్గపు కుల పరిస్థితిని తన సోదరుడికి చెప్పలేకపోయింది. తమ్ముడు తన సలహాను తప్పుగా అర్థం చేసుకుంటాడేమోనని భయపడింది. కాబట్టి, ఆమె తన సోదరుడిని ఓదార్చింది మరియు కొన్ని రోజులు తనతో ఉండమని కోరింది. త్వరలో, అతను స్వయంగా మెట్రోపాలిస్ యొక్క వాస్తవికతను తెలుసుకుంటాడు. ఇలా జరిగింది. ఉన్నత చదువులు చదివి పెద్ద మనిషి కావాలన్న సక్పాల్ కల చెదిరిపోయింది. ఓ రోజు సక్పాల్ టీ తాగేందుకు ఓ షాపుకు వెళ్లాడు. షాపు యజమాని అక్కడ అపరిచితుడిగా కనిపించిన అబ్బాయిని చూసి అతని గురించి అడగడం ప్రారంభించాడు. తనతో ఎవరైనా ఇలా స్నేహంగా మాట్లాడటం చూసి సక్పాల్ కూడా తన పేరు, పని మొదలైనవన్నీ నిజాయతీగా దుకాణదారునికి చెప్పి, తాను ఉన్నత చదువులు చదివి సమాజంలో ఉన్నత స్థానం సాధించాలని బొంబాయికి వచ్చానని చెప్పాడు. సక్పాల్ మహార్ కులస్థుడని తెలియగానే దుకాణదారుడు అతడ్ని గట్టిగా అరిచి షాపు నుంచి తరిమికొట్టడంతో సక్పాల్ పరిగెత్తుకుంటూ వెళ్లి తడి బురద గుంటలో పడిపోయాడు. హృదయ విదారకమైన ఈ సంఘటన సక్పాల్ మనస్సుపై ఎలాంటి ప్రభావం చూపిందో ఊహించలేము. ఇలాంటి సంఘటనలు ఆయన చిన్నతనంలో ఎన్నో జరిగాయి. సంఘటన. వీలైనంత త్వరగా ఉన్నత విద్యను సాధించాలన్నారు. ఒకరోజు, అతని ఈ కోరిక అన్ని హద్దులు దాటింది, మరియు అతను ఎవరికీ చెప్పకుండా తన ఇంటిని విడిచిపెట్టి, తన సోదరి ఇంటికి బొంబాయి నగరానికి చేరుకున్నాడు. అతని ప్రకారం, గ్రామంతో పోలిస్తే నగరంలో మంచి విద్యకు అవకాశాలు ఎక్కువగా ఉన్నాయి మరియు అక్కడ కుల ఆంక్షలు కూడా లేవు. నగరంలో సక్పాల్ అనే మహార్ ఎవరో తెలుసా? తన సోదరుడిని చూడగానే, అతని సోదరి కూడా చాలా ఆశ్చర్యంతో పాటు సంతోషించింది. తమ్ముడు ఊరు విడిచి నగరానికి రావడానికి గల కారణం విని చాలా బాధపడింది. మహానగరంలో జీవితం బయటి నుండి మరొకటి మరియు లోపల నుండి చాలా భిన్నంగా ఉంటుంది. మహానగర సమాజంలోని కుల వ్యవస్థ వివక్ష బాధను ఆమె స్వయంగా భరిస్తున్నారు. మహానగరంలో ఈ దుర్మార్గపు కుల పరిస్థితిని తన సోదరుడికి చెప్పలేకపోయింది. తమ్ముడు తన సలహాను తప్పుగా అర్థం చేసుకుంటాడేమోనని భయపడింది. కాబట్టి, ఆమె తన సోదరుడిని ఓదార్చింది మరియు కొన్ని రోజులు తనతో ఉండమని కోరింది. త్వరలో, అతను స్వయంగా మెట్రోపాలిస్ యొక్క వాస్తవికతను తెలుసుకుంటాడు. ఇలా జరిగింది. ఉన్నత చదువులు చదివి పెద్ద మనిషి కావాలన్న సక్పాల్ కల చెదిరిపోయింది. ఓ రోజు సక్పాల్ టీ తాగేందుకు ఓ షాపుకు వెళ్లాడు. షాపు యజమాని అక్కడ అపరిచితుడిగా కనిపించిన

అబ్బాయిని చూసి అతని గురించి అడగడం ప్రారంభించాడు. తనతో ఎవరైనా ఇలా స్నేహంగా మాట్లాడటం చూసి సక్పాల్ కూడా తన పేరు, పని మొదలైనవన్నీ నిజాయతీగా దుకాణదారునికి చెప్పి, తాను ఉన్నత చదువులు చదివి సమాజంలో ఉన్నత స్థానం సాధించాలని బొంబాయికి వచ్చానని చెప్పాడు. సక్పాల్ మహర్ కులస్థుడని తెలియగానే దుకాణదారుడు అతడ్ని గట్టిగా అరిచి షాపు నుంచి తరిమికొట్టడంతో సక్పాల్ పరిగెత్తుకుంటూ వెళ్లి తడి బురద గుంటలో పడిపోయాడు. హృదయ విదారకమైన ఈ సంఘటన సక్పాల్ మనస్సుపై ఎలాంటి ప్రభావం చూపిందో ఊహించలేము. ఇలాంటి సంఘటనలు ఆయన చిన్నతనంలో ఎన్నో జరిగాయి. **

3.అంబేద్కర్ విద్య

రామోజీ తన సుబేదారిని పోగొట్టుకున్నాడు. అంటే అతను తన ఉద్యోగం నుండి రిటైర్ అయ్యాడని చెప్పాలి. అతనికి మహూ కంటోన్మెంట్‌లో పూర్వీకుల ఇల్లు లేదు మరియు అతని ఉద్యోగం నుండి రిటైర్ అయిన తరువాత అతను ప్రభుత్వం ఇచ్చిన ఇంటిని వదిలి వెళ్ళవలసి వచ్చింది. మహారాష్ట్రలోని కొంకణ్ ప్రాంతంలోని దాపోలికి కుటుంబంతో సహా వచ్చాడు. ఈలోగా బొంబాయిలో ఉన్నత చదువులకు ఎలాంటి ఏర్పాట్లు చేయలేక భీమ్ సక్పాల్ కూడా వెనుదిరిగాడు. ఇప్పుడు రామోజీ ముందున్న సమస్య ఏమిటంటే తన కుటుంబాన్ని ఎలా పోషించుకోవాలనేది, దానికి ఉద్యోగం అవసరం. ఎంత ప్రయత్నించినా దాపోలీలో ఉద్యోగం రాలేదు. ఆ తర్వాత సతారా వెళ్లాలని నిర్ణయించుకున్నాడు. సతారాలో, అతను ఉద్యోగం పొందడానికి అనేక సమస్యలను ఎదుర్కోవలసి వచ్చింది, అతను పొదుపు చేసిన డబ్బు నెమ్మదిగా క్షీణించడం అతిపెద్ద సమస్య. సక్పాల్ తల్లి భీమాబాయికి కూడా సక్పాల్‌ని స్కూల్లో చేర్పించాలని కోరిక. ఇక్కడ, రామోజీ కూడా తన పిల్లలకు మంచి చదువు చెప్పించి, సమాజంలో ఉన్నత స్థానాలు సాధించేందుకు తన ప్రతిజ్ఞను నెరవేర్చాలని నిశ్చయించుకున్నారు.నిశ్చయించుకున్న వ్యక్తి తన సమస్యలకు ఎల్లప్పుడూ పరిష్కారాన్ని కనుగొంటాడు. ఎట్టకేలకు రామోజీకి ఓ కంపెనీ ఓనర్‌తో పరిచయం ఏర్పడింది. రామోజీ తన సమస్యను చెప్పగానే ఆ పెద్దమనిషి రామోజీతో ఇలా అన్నాడు, "నువ్వు ఆర్మీలో సుబేదార్‌గా ఉన్నావు.. అక్కడ నీకు మంచి జీతం వచ్చిందనుకోండి.. ఉద్యోగం ఇప్పిస్తాను కానీ నా వల్ల సాధ్యం కాదు. మీకు అంత జీతం ఇవ్వండి. ఇది సరే అని మీకు అనిపిస్తే, మీరు ఈ ఆఫర్‌ని అంగీకరించవచ్చు." రామోజీ ఎలా తిరస్కరించాడు? అతను ఒక విచిత్రమైన నగరంలో త్వరగా ఆసరా సాధనాన్ని కనుగొనాలనుకున్నాడు మరియు సుబేదార్‌కి అంత మంచి ఉద్యోగం మరియు మంచి జీతం ఉన్న ఉద్యోగం సైన్యంలో మాత్రమే దొరుకుతుందని అతనికి బాగా తెలుసు. కానీ, ఆయన ఆ పదవి నుంచి పదవీ విరమణ చేశారు. ఇప్పుడు, అతను సాధారణ కంపెనీలో సాధారణ జీతంతో సంతృప్తి చెందాలి, కాబట్టి అతను ఉద్యోగ ప్రతిపాదనను అంగీకరించాడు. అతని జీతం నెలకు నలభై రూపాయలుగా నిర్ణయించబడింది, ఇది రామోజీకి ఆమోదయోగ్యమైనది. అతను అంగీకరించడం తప్ప వేరే మార్గం లేదు. ఉదయం 8 గంటల నుంచి సాయంత్రం 6 గంటల వరకు. రామోజీ కంపెనీలో వాచ్‌కీపర్‌గా పనిచేశాడు. సతారాకు వచ్చిన తర్వాత, సక్పాల్ పేరు మార్చబడింది. ఇప్పుడు ఆయనను భీమ్‌రావ్ రామోజీ అని పిలుస్తున్నారు. దీంతో పాటు అతడిని పాఠశాలలో చేర్పించేందుకు కృషి చేశారు. వివిధ పాఠశాలల చుట్టూ ప్రదక్షిణలు చేశారు. ప్రతి పాఠశాలలో, "మేము మా పాఠశాలలో మహర్లను చేర్చుకోము" అని అదే సమాధానం వచ్చింది. రామోజీ ధైర్యం కోల్పోలేదు. అతను వివిధ పాఠశాలల చుట్టూ తిరుగుతూనే ఉన్నాడు. ఎట్టకేలకు, ప్రభుత్వ వర్నాక్యులర్ స్కూల్ ప్రిన్సిపాల్ రామోజీని కరుణించి, భీంరావుని బడిలో

చేర్పించేందుకు అంగీకరించాడు. భీంరావుకి అప్పటికే చదువు మీద ఆసక్తి ఉండేది. కాబట్టి, అతను తనతో చదువుకోవడం ప్రారంభించాడు పూర్తి ఏకాగ్రత. ఫలితంగా, అతను ఒక తెలివైన మరియు ఇమేజ్‌ని పొందాడు ప్రిన్సిపాల్ దృష్టిలో మాత్రమే కాదు, అందరి దృష్టిలో కూడా విద్యావంతుడు అధ్యాపకులు. ఇప్పుడు రామోజీ ఇల్లు కాస్త సాఫీగా సాగడం మొదలైంది. ఉద్యోగం సంపాదించుకోగలగడం వల్ల ఆశ్రయం మరియు ఆహారం గురించి అతని ఆందోళన కొంత వరకు ముగిసింది. భీంరావు స్కూల్లో అడ్మిషన్ పొందాడు, అతను పూర్తి ఏకాగ్రతతో చదువుతున్నాడు. కానీ, రామోజీ భార్య భీమాబాయి అనారోగ్యం పాలైంది మరియు గ్రామీణ వైద్యుడు ఎంత ప్రయత్నించినప్పటికీ, ఆమె అనారోగ్యం పెరుగుతూ వచ్చింది. ఆమె ఒక నెలకు పైగా మంచం పట్టింది, ఆపై ఆమె మరణించింది. రామోజీకి మరో విపత్తు వచ్చింది. ఇక భీంరావు విషయానికొస్తే గుండె పగిలినట్లే.రామోజీకి ఇంటిని చూసుకోవడం చాలా కష్టంగా మారింది. పొద్దున్నే ఉద్యోగరీత్యా వెళ్లి సాయంత్రం తిరిగి రావాల్సి వచ్చింది. ప్రతిరోజూ సాయంత్రం, అతను పని నుండి అలసిపోయి తిరిగి వచ్చి, తనకు మరియు తన పిల్లలకు ఆహారం వండుతారు. రాత్రి డిన్నర్ దగ్గర్నుంచి, తెల్లవారుజామున వంట చేయడానికి సమయం సరిపోకపోవడంతో ఉదయం అల్పాహారం కోసం కొంత ఆహారాన్ని దాచుకునేవాడు. భీంరావు ఉదయం పూట ఈ ఆహారం తిని పాఠశాలకు వెళ్లేవాడు. కుటుంబ సభ్యులందరూ ఈ చిన్న తిండితో సరిపెట్టుకునేవారు, సాయంత్రం తండ్రి తిరిగి వచ్చినప్పుడు, వారు తమ హృదయానికి తగినట్లుగా ఆహారం తీసుకునేవారు. భీంరావు సగం కడుపుతో స్కూలుకు వెళ్లేవాడు కాబట్టి స్కూల్లో ఆకలి దప్పులు భరించలేడు. తన సమస్యని తండ్రికి చెప్పాడు. పొద్దున్నే వండిపెట్టి తన పనికి వెళతానని, భీంరావు ఇంటికి వచ్చి భోజనం చేయమని తండ్రి చెప్పాడు. భీంరావు భోజనం తినడానికి ఇంటర్వెల్‌లో ఇంటికి రావడం ప్రారంభించాడు తన ఆకలిని తీర్చుకోగలిగాడు, కానీ అతను పాఠశాలకు చేరుకోవడంలో ఆలస్యంగా వచ్చేవాడు విరామం. దాంతో ప్రిన్సిపల్ కోపాన్ని ఎప్పటికప్పుడు ఎదుర్కోవాల్సి వచ్చింది. ఈ అలవాటుతో ప్రిన్సిపాల్ విసిగిపోయి స్కూల్ నుంచి తీసేస్తానని బెదిరించేవాడు. ఫలితంగా, భీమ్రావు చాలాసార్లు ఆకలితో ఉండవలసి వచ్చింది, కానీ అతను తన చదువుకు ఇబ్బంది కలిగించలేదు. భీంరావు చదువులో నిష్ణాతుడు కావడంతో పరీక్షల్లో ఉత్తీర్ణత సాధించాడు ప్రతి సంవత్సరం మార్కులు, కాబట్టి ప్రిన్సిపాల్ కూడా అతని పట్ల కొంత ప్రేమను కలిగి ఉండేవాడు. అతను భీమ్రావుని తన ఇంట్లో భోజనం చేయమని అడిగాడు. ఈ విధంగా భీంరావు సమస్య మధ్యాహ్న భోజనం పరిష్కరించబడింది. ఈ విధంగా భీంరావు ప్రాథమిక పరీక్షల్లో ఉత్తీర్ణుడయ్యాడు. ప్రధానోపాధ్యాయుడిలాంటి మనుషులున్న ప్రభుత్వ పాఠశాలలో మరికొందరు టీచర్లలాగే అమానుషమైన మనుషులు కూడా ఉండేవారు. పొరపాటున భీంరావుని ప్రశ్నిస్తే, దూరంగా నిలబడి సమాధానం చెప్పమన్నారు. వారి ప్రవర్తన కొన్ని ప్రమాదకరమైన అంటువ్యాధి వ్యాధిగ్రస్తుల మాదిరిగానే ఉంటుంది. ఈ రోగులతో, ఒక చేయి పొడవు నుండి వారితో మాట్లాడతారు మరియు వ్యాధి యొక్క క్రిములు నోటిలోకి ప్రవేశించకుండా నిరోధించడానికి నోటికి గుడ్డను కట్టుతారు. ఇదొక్కటే కాదు,

కేవలం నీరు త్రాగడానికి, అంబేద్కర్ చాలా అవమానాలను భరించవలసి వచ్చింది, దేవుడు భూమిపై సూర్యుని కాంతిని పడేలా చేసినప్పటికీ, నదులలో ప్రవహించే నీరు, మెల్లగా ప్రవహించే గాలి మొదలైన అన్ని జీవనాధార శక్తులు. అందరికీ సమానం, ఇది మన మత గ్రంథాలు మరియు పండితులు చెప్పారు.కానీ, చాలాసార్లు భీమ్రావు ఇంటికి వచ్చిన తర్వాత దాహం తీర్చుకోవలసి వచ్చింది, ఎందుకంటే మహర్లకు కుళాయిలు లేదా బావులను ముట్టుకునే హక్కు లేదు. అంతే కాదు ఉన్నత కులాలకు చెందిన విద్యార్థులు అతడిని తమ దగ్గర కూర్చోనివ్వలేదు. 'భీంరావు నీడ తమపై పడినా అపవిత్రం అవుతుందేమోనని భయపడ్డారు. క్లాసులో ఓ మూలన అందరికంటే విడిగా కూర్చోబెట్టారు. స్కూల్లో అందరికీ కూర్చోవడానికి పెట్టిన చాప భీంరావుకి ఇవ్వకపోవడంతో ఆ అమాయకపు చిన్నారి నేలపై కూర్చోవాల్సి వచ్చింది. కానీ, భీంరావు ఉన్నత చదువులు చదవాలని నిశ్చయించుకున్నాడు మరియు ఇవన్నీ అతనిపై బాహ్యంగా ఎటువంటి ప్రభావం చూపలేదు. అతను తన ఇంటి నుండి పాత, చిరిగిన గుడ్డను నేలపై విస్తరించడానికి పాఠశాలకు తీసుకురావడం ప్రారంభించాడు మరియు పూర్తి ఏకాగ్రతతో చదువుకోవడానికి ప్రయత్నించాడు.కానీ, విధి మరోలా ఉంది. ఏదో దురదృష్టం ఎప్పుడూ అతని ఇంటికి దారి వెతుక్కునేది. వ్యాపారంలో నష్టాలు రావడంతో రామోజీ యజమాని కంపెనీని మూసివేయాల్సి వచ్చింది. తత్ఫలితంగా, రామోజీ తన కుటుంబాన్ని పోషించడానికి మరియు వారికి ఉన్నతంగా అందించడానికి ఉన్న ఏకైక ఆసరా అయిన తన ఉద్యోగాన్ని కోల్పోయాడు చదువు. అతను సైన్యంలో ఉద్యోగం కూడా కోల్పోయాడు, కానీ ఇప్పుడు పరిస్థితి భిన్నంగా ఉంది. అతను వృద్ధుడయ్యాడు. అతని భార్య మరణం అప్పటికే అతనిని విచ్ఛిన్నం చేసింది; అతను తన ఉద్యోగాన్ని పోగొట్టుకోవడంపై మరింత ఆందోళన చెందాడు. ఇక్కడ భీంరావు కూడా ప్రాథమిక పరీక్షలో ఉత్తీర్ణుడై మధ్యతరగతిలో అడ్మిషన్ కోసం ఎదురు చూస్తున్నాడు. భీంరావు తెలివైన మరియు కష్టపడి పనిచేసే విద్యార్థి.

సమస్య ఏమిటంటే రామోజీ ఆర్థిక పరిస్థితి మరీ దారుణంగా ఉంది. అతనికి వచ్చే జీతం ఇల్లు నడపడానికి సరిపోదు. పిల్లల భవిష్యత్తు కోసం కొంత డబ్బు ఆదా చేయడం గురించి ఆలోచించడం కూడా అసాధ్యం. కానీ, భీంరావుని పై తరగతిలో చేర్పించడం తప్పనిసరి అయింది. ఇది అతని భవిష్యత్తు ప్రశ్న. చాలా లోతుగా ఆలోచించిన తర్వాత, భీమ్రావు అప్పు కోసం వడ్డీ వ్యాపారి వద్దకు వెళ్లాడు. వడ్డీ వ్యాపారి డబ్బు ఇవ్వడానికి నిరాకరించలేదు, అయితే కొంత బంగారు ఆభరణాన్ని సెక్యూరిటీగా ఇవ్వాలని కోరాడు. వాచ్‌కీపర్‌గా రూ.50 వేలు సంపాదిస్తున్న రామోజీ ఎక్కడి నుంచి వచ్చాడు. నెలకు 40 బంగారు ఆభరణాన్ని పొందాలా? అకస్మాత్తుగా, తన ఇంట్లో పెద్ద ఇత్తడి ప్లేటు ఉందని అతనికి గుర్తు వచ్చింది. వడ్డీ వ్యాపారి ఆ ఇత్తడి ప్లేటును సెక్యూరిటీగా ఉంచుకుని రూ. 50. దీనితో పాటు, అతను ఒక సంవత్సరం లోపు డబ్బును వడ్డీతో సహా తిరిగి ఇవ్వకపోతే, ఇత్తడి పళ్ళెం తనది అవుతుందని షరతు పెట్టాడు. కాగితాలన్నీ పూర్తయిన తర్వాత రామోజీ రూ. 50. మరుసటి

రోజు రామోజీ భీంరావుని తీసుకుని సతారాలోని ఎల్ఫిన్‌స్టోన్ హైస్కూల్‌కి వెళ్లాడు. భీంరావు చాలా సులభంగా ఈ స్కూల్లో అడ్మిషన్ పొందాడు. మహారాష్ట్రలో ప్రబలంగా ఉన్న సంప్రదాయం ప్రకారం, ప్రభుత్వ పాఠశాల ప్రధానోపాధ్యాయుడు అంబేద్కర్ అనే పేరును భీమ్‌రావుగా చేర్చుకున్నారు. ఇప్పుడు, అతని తండ్రి పేరు సర్టిఫికేట్‌లో అతనికి జోడించబడింది, తద్వారా అతని పేరు భీమ్‌రావ్ రామోజీ అంబేద్కర్ అయ్యాడు మరియు సక్పాల్ అనే పేరు మళ్లీ ఉపయోగించబడలేదు. భీంరావు పేరుతో అంబేద్కర్ పేరు చేరిపోయింది కానీ, పూర్వీకుల కాలం నుంచి ఆయనపై ఉన్న మహర్ కుల ముద్ర ఇప్పటికీ ఆయనను వీడలేదు. ఈ కారణంగా జీవితంలో అడుగడుగునా అవమానాలు, అవమానాలు ఎదుర్కోవాల్సి వచ్చింది. ఈ సంఘటనలన్నీ అతని మనస్సుపై చాలా ప్రభావం చూపాయి. కానీ, ఉన్నత చదువులు చదివిస్తానని శపథం చేసిన భీంరావు ఇదంతా మౌనంగా భరించాల్సి వచ్చింది. సతారాలోని ఎల్ఫిన్‌స్టోన్ హైస్కూల్‌లో కూడా ఈ తెలివైన విద్యార్థి ప్రతి ఒక్కరిలో మంచి అభిప్రాయాన్ని సృష్టించాడు. ఉపాధ్యాయులకు, ఈ విద్యార్థి భిన్నంగా కనిపించాడు మరియు ఇతర విద్యార్థుల కంటే ఎక్కువ తెలివైనవారు. ఉపాధ్యాయులే భీంరావు చదువుపై ఆసక్తి చూపడం ప్రారంభించారు. ఈ విద్యార్థి ఏదో ఒక రోజు తన జీవితంలో గొప్పగా సాధిస్తాడని ఉపాధ్యాయులంతా నమ్మారు. వారు అతని చదువులో అన్ని విధాలుగా సహాయం చేయడం ప్రారంభించారు. ఫలితంగా, 1908లో, భీంరావు పాఠశాల నుండి ఫస్ట్ క్లాస్‌తో పాసయ్యాడు

వివాహం

ఆ కాలంలో అబ్బాయిలకు, అమ్మాయిలకు చిన్నతనంలోనే పెళ్లి చేసే సంప్రదాయం ఉండేది. అబ్బాయిలకు, వివాహ వయస్సు 16 సంవత్సరాలుగా నిర్ణయించబడింది. కొన్ని ప్రదేశాలలో, ఈ వయస్సు 10 నుండి 12 సంవత్సరాల వరకు ఉంచబడింది. బాలికలకు, ఈ వయస్సు మరింత తక్కువగా ఉంది. 6 సంవత్సరాల వయస్సు నుండి 12 సంవత్సరాల వయస్సు వరకు, ఆడపిల్లకు అన్ని ఖర్చులు లేకుండా వివాహం చేశారు. ఈ సంప్రదాయం మహర్ కులంలో మాత్రమే కాదు, మొత్తం భారతదేశంలోని అన్ని కులాలలో ఉంది. అలాంటప్పుడు భీంరావు ఈ సంప్రదాయాన్ని ఎలా అంగీకరించలేదు? 1906లో భీంరావు అభిప్రాయాన్ని అడగకుండానే, ఆ కాలంలో జరిగినట్లుగానే, రామోజీ భికు బాలశంకర్ కుమార్తె రమాబాయితో భీమారావుకు వివాహం జరిపించారు. ఇంత లేత వయస్సులో అమాయక అబ్బాయిలు మరియు అమ్మాయిలు వివాహం యొక్క నిజమైన అర్థాన్ని అర్థం చేసుకోలేక పోవడం మరియు ఒకరిపట్ల మరొకరు భావించే ప్రారంభ ఆకర్షణలో చిక్కుకోవడం తరచుగా కనిపిస్తుంది. చదువుకుని తమ భవిష్యత్తును మెరుగుపరుచుకోవాల్సిన వయసులో, ఒకరితో ఒకరు ఎక్కువ సమయం గడిపేందుకు విలువైన సంవత్సరాలను వృధా చేసుకుంటారు. భీమ్‌రావ్

రామోజీ అంబేద్కర్ ఈ సాధారణ అబ్బాయిలలా కాదు. ఉన్నత చదువులు చదివి సమాజంలో గౌరవప్రదమైన జీవితాన్ని గడపడమే ఆయన జీవిత లక్ష్యం. ఇంత చిన్న వయస్సులో ఉన్నా భీమ్‌రావ్ రామోజీ అంబేద్కర్ తన లక్ష్యం నుండి ఒక్కసారి కూడా వదలలేదు. తండ్రి ఆజ్ఞను పాటించడం తన కర్తవ్యంగా భావించి పెళ్లికి అంగీకరించినా చదువుకు ఆటంకం కలగలేదు. పెళ్లయిన రెండేళ్ల తర్వాత జరిగిన మెట్రిక్ పరీక్షల్లో ఫస్ట్ క్లాస్ లో పాసయ్యాడు. దీన్ని బట్టి భీంరావు తన లక్ష్యాన్ని సాధించడానికి ఎంత దృఢ నిశ్చయంతో ఉన్నాడు. అతని వివాహానంతరం, అతని భార్య రమాబాయి మొత్తం ఇంటిని తన భుజాలపై నడిపించే బాధ్యతను స్వీకరించింది, దాని కారణంగా వృద్ధాప్య రామోజీకి కొంత ఉపశమనం లభించింది. ఆందోళనలు మరియు సమస్యలు అతన్ని చాలా బలహీనపరిచాయి. కానీ, తన కోడలు ఇంట్లోకి వచ్చిందన్న ఆనందం తేలిపోయింది అతని మొహంలో కొద్దిగా ఏర్పడిన ఆందోళన రేఖలు. కానీ, కొడుకు చదువుకు ఆటంకం కలగకుండా జాగ్రత్తలు కూడా తీసుకున్నాడు. ఈ కారణంగానే పెళ్లయిన ఆరేళ్ల వరకు అంబేద్కర్ దంపతులకు

బరోడా రాజు సహాయం

మె ట్రిక్ పరీక్షలలో ఉత్తీర్ణత సాధించిన తరువాత, భీమ్‌రావ్ రామోజీ అంబేద్కర్ తదుపరి చదువుల గురించి ఆందోళన చెందడం ప్రారంభించాడు. ఎలాగోలా వాళ్ళ ఇల్లు నడిచేది, కాలేజ్ చదువులకి అదనపు డబ్బు కావాలి, ఆ సమయంలో వాళ్ళ ఇంట్లో ఎవరూ పని చేయలేదు. తన స్నేహితుడి బాధలను మరియు సమస్యలను అతని రూపాన్ని బట్టి అర్థం చేసుకునేవాడే నిజమైన స్నేహితుడు. భీమ్‌రావ్ రామోజీ అంబేద్కర్‌కు కూడా అలాంటి స్నేహితుడు ఉన్నాడు, అతని పేరు కేలుస్కర్. మామూలుగా మౌనం వహించినా, భీమ్‌రావు మాత్రం ఉన్నాడు అతని నుండి తన సమస్యలను దాచలేకపోయాడు. కెలుస్కర్ అతనిని అడగడంతో, మొదట భీంరావు టాపిక్ మార్చాడు, కానీ కేలుస్కర్ తన ఆర్థిక పరిస్థితి గురించి బాగా తెలుసు. భీంరావుకు ఉన్నత చదువులు చదవాలనే తపన ఉందనే విషయం కూడా అతనికి తెలుసు. అతను స్వయంగా తక్కువ కులానికి చెందినవాడు. కానీ, క్రిస్టియన్ మతంలోకి మారడం వల్ల అతని పరిస్థితి కాస్త మెరుగ్గా ఉంది, తనకి కూడా భీంరావు లాంటి ఇబ్బందేమీ లేదు.లోతుగా ఆలోచించి భీమారావు సమస్యకి పరిష్కారం ఆలోచించాడు కేలుస్కర్. అతను బరోడా రాజు, మహారాజా సాయాజీరావు గైక్వాడ్‌ను కలవమని భీమ్‌రావుకు సలహా ఇచ్చాడు మరియు అతను చాలా దయగల మరియు సహాయకారిగా ఉండే వ్యక్తి అని కూడా చెప్పాడు. "నువ్వు అతనిని ఎలాగైనా కలుసుకుని, అతని ముందు నీ సమస్య చెప్పగలిగితే, నీ సమస్య తీరుతుంది, ఎందుకంటే మహారాజా సాయాజీరావుకి నీ సమస్య అర్థమైతే నాకు తెలుసు, అతను మీకు చేతనైనంతలో సహాయం చేస్తాడు" అన్నాడు. భీంరావు ఈ బంగారు సూచనను ఎలా తిరస్కరించాడు?

అన్నింటికంటే, ఉన్నత విద్యను పొందడానికి ఇది ఏకైక మార్గం. అతను ఎలాగోలా మహారాజా సాయాజీరావు గైక్వాడ్ ముందు తనను తాను హాజరుపరచగలిగాడు మరియు రాజుకు తన దయనీయమైన కథను వివరంగా చెప్పాడు. ఏ వ్యక్తి యొక్క స్వభావాన్ని విశ్లేషించి, అంచనా వేయగల ఈ సహజమైన సామర్థ్యం లేకుండా ఎవరూ రాష్ట్రానికి లేదా ప్రావిన్స్‌కు రాజు కాలేరు. మహారాజా సాయాజీరావు కూడా తన ఈ సామర్థ్యాన్ని ఉపయోగించుకుని భీమారావు సమస్యను అర్థం చేసుకుని కాలేజీలో అడ్మిషన్ తీసుకోమని అడిగాడు. మహారాజు స్వయంగా తయారుచేశాడు భీంరావు అడ్మిషన్ కు ఏర్పాట్లు చేసి రూ.లక్ష స్కాలర్ షిప్ ఇస్తానని చెప్పాడు. అతను తన చదువును కొనసాగించాలనుకున్న సమయం వరకు నెలకు 25. బరోడా రాజు మహారాజా సాయాజీరావు గైక్వాడ్ దాతృత్వానికి భీమారావు తల కృతజ్ఞతతో వంగి ఉంది. ఇలాంటి మంచి వ్యక్తులు ఈ భూమిపై ఉన్నంత వరకు ఈ భూమిపై మానవత్వం అంతరించిపోదని ఆయన అభిప్రాయపడ్డారు. అతనికి రూ. కాలేజీలో అడ్మిషన్ పొందేందుకు అయ్యే ఖర్చుల కోసం మహారాజా నుండి 100 రూపాయలు తీసుకుని ఇంటికి వచ్చాడు. అతను తన కుటుంబంతో కలిసి బొంబాయికి వెళ్లి అక్కడ నివసించడం ప్రారంభించాడు మరియు బొంబాయి కళాశాలలో అడ్మిషన్ తీసుకున్నాడు. అతని భార్య రమాబాయి 1912 డిసెంబర్‌లో బొంబాయిలో ఒక కొడుకుకు జన్మనిచ్చింది. ఆ బిడ్డకు యశ్వంతరావు అని పేరు పెట్టారు. భీంరావు చదువును నిర్లక్ష్యం చేసే ప్రశ్నే లేదు. 1912లో, భీంరావు బొంబాయి విశ్వవిద్యాలయం నుండి గ్రాడ్యుయేట్ పరీక్షలో ఉత్తీర్ణుడయ్యాడు. ఉన్నత చదువులు చదవాలనే అతని సంకల్పం మరియు అతని విజయాలు భీంరావుకు ఉన్నత చదువుల కోరికను మరింత బలపరిచాయి. కానీ, ఇంట్లో పరిస్థితులు అందుకు అనుమతి ఇవ్వలేదు. తన ముసలి తండ్రిని, ఇంటి దయనీయ స్థితిని చూసి భీంరావు పని ప్రారంభించాలని నిర్ణయించుకున్నాడు. ఈ విషయం విని అతని ముసలి తండ్రి భీంరావుని అడిగాడు. "మీరు ఎలాంటి ఉద్యోగం చేస్తారు?" "నేను సైన్యంలో చేరతాను." అతని తండ్రి, "నువ్వు పని చేయడం ప్రారంభిస్తే, ఉన్నత విద్యను పొందాలనే మీ కోరిక ఏమవుతుంది?" కొడుకు, "ఉద్యోగం లేకుండా ఇక చదవడం కుదరదు, నేను బి.ఎ. పరీక్ష పాసయ్యాను కాబట్టి మంచి ఉద్యోగంలో చేరతాను. ఇంకా ఉద్యోగం చేస్తూనే ప్రైవేట్ ఎం.ఎ. చేస్తాను. మీరు కంగారుపడకండి, నేను. ఖచ్చితంగా ఉన్నత విద్యను పొందుతాను." అతని తండ్రి అటువంటి నమ్మకమైన మరియు దృఢమైన కొడుకును కలిగి ఉన్నందుకు చాలా గర్వంగా భావించాడు మరియు అతను ఉద్యోగం చేయడానికి భీమ్రావుకు అనుమతి ఇచ్చాడు

4.సైన్యంలో చేరడం

సైన్యంలో చేరేందుకు భీమ్రావు నేరుగా సైన్యానికి సంబంధించిన కార్యాలయానికి వెళ్లాడు. అతను శారీరక మరియు మానసిక పరీక్షలలో ఉత్తీర్ణత సాధించాడు మరియు సైన్యంలో లెఫ్టినెంట్ అయ్యాడు మరియు బరోడా వెళ్ళమని ఆదేశించబడ్డాడు. భీంరావు చాలా సంతోషించాడు. తన చదువులో ఎవరి రాజు ఆర్థికంగా సహాయం చేశాడో ఆ రాష్ట్రానికి వెళ్లి సేవ చేసే అవకాశం అతనికి లభించింది. బరోడా చేరుకోగానే తన బాధ్యతలు స్వీకరించాడు. 1913 ఫిబ్రవరిలో ఒకరోజు, భీమ్‌రావ్‌కి టెలిగ్రామ్ వచ్చింది, అది తన తండ్రికి తీవ్ర అనారోగ్యంతో ఉన్నాడని, వెంటనే ఇంటికి తిరిగి రావాలని కోరాడు. భీంరావు సెలవు కోసం దరఖాస్తు వ్రాసి తన సీనియర్ అధికారి వద్దకు వెళ్లి సెలవు మంజూరు చేయమని అభ్యర్థించాడు. కానీ, సీనియర్ అధికారి అతనికి సెలవు ఇవ్వడానికి నిరాకరించాడు మరియు ఆర్మీ నిబంధనల ప్రకారం, అతను ఒక సంవత్సరం తర్వాత మాత్రమే సెలవు పొందవచ్చని చెప్పాడు. కష్టపడి సంపాదించిన ఆర్మీ ఉద్యోగం ఒకవైపు, అనారోగ్యంతో బాధపడుతున్న తండ్రి మరోవైపు. భీంరావుకి ఇది చాలా కష్టమైన పరిస్థితి. అంతేకాకుండా, సీనియర్ అధికారి కూడా చట్టాలకు కట్టుబడ్డాడు మరియు అతనికి సెలవు ఇవ్వలేకపోయాడు. నిస్సహాయతతో, భీమ్రావు ఉద్యోగం వదిలివేయాలని నిర్ణయించుకున్నాడు మరియు తన రాజీనామా లేఖను అధికారికి సమర్పించి, తన వృద్ధ తండ్రిని చూడటానికి వెళ్ళాడు. వైద్యులు కూడా తన తండ్రి పరిస్థితిని మెరుగుపరిచేందుకు పెద్దగా చేయలేకపోయారు, మరియు అతను మరణించాడు. భీంరావు తన తండ్రి మరణంతో పెద్ద షాక్ అయ్యాడు మరియు అతని కన్నీరు నిండిన కళ్ళ ముందు తన పిల్లల కోసం సర్వస్వం త్యాగం చేసిన తండ్రి యొక్క చిత్రం కనిపించింది. కానీ, అతను ఏమి చేయగలడు? మరణం అన్నింటికంటే గొప్ప సత్యం. భూమ్మీద పుట్టినవాడు ఎప్పుడో చనిపోవాలి. బహుశా, దీని గురించి ఆలోచిస్తూ, భీంరావు తనను తాను నియంత్రించుకొని తన జీవనోపాధి గురించి ఆలోచించడం ప్రారంభించాడు. *

5.అమెరికాకు బయలుదేరు

ఆయన మరోసారి మహారాజా గైక్వాడ్ వద్దకు వెళ్లి సహాయం కోసం అడగండి. మరోసారి భీమ్‌రావు స్నేహితుడు కేలుస్కర్ అతనికి సహాయం చేశాడు. రాజు సింహాసనంపై కూర్చున్న వ్యక్తికి చాలా మంది వ్యక్తుల కంటే ఎక్కువ జ్ఞాపకశక్తి ఉంటుందని ఆయన సూచించారు. రాజు వెంటనే భీంరావుని గుర్తించి, అతని పర్యటనకు కారణాన్ని అడిగాడు. తాను ఉన్నత చదువుల కోసం అమెరికా వెళ్లాలనుకుంటున్నానని, ఇందుకు రాజుగారి నుంచి ధన సహాయం కావాలని భీంరావు చెప్పాడు. ఉన్నత చదువులు చదవాలనే దృఢ సంకల్పం వల్ల భీంరావు అప్పటికే కొంతమంది విద్యార్థులను ఉన్నత చదువుల కోసం అమెరికాకు పంపాలని ఆలోచిస్తున్న సమయంలో రాజును కలవడానికి వెళ్లాడు. అమెరికా వెళ్లే విద్యార్థుల జాబితాలో భీంరావు పేరును చేర్చాడు. అదనంగా, అతను అతనిని ఒక ఒప్పందంపై సంతకం చేసాడు, దానిలో అతను తన చదువును పూర్తి చేసిన తర్వాత, అతను తన స్వదేశానికి తిరిగి వచ్చి 10 సంవత్సరాల పాటు బరోడా రాష్ట్రానికి సేవ చేయాలని షరతు విధించాడు.భీమ్రావ్ సైన్యానికి రాజీనామా చేసే ముందు బరోడా రాష్ట్రానికి మాత్రమే సేవ చేస్తున్నందున ఈ ముందస్తు షరతుకు ఎటువంటి అభ్యంతరం లేదు. 1913 జూన్ 4న భీంరావు ఓడ ఎక్కి అమెరికాకు బయలుదేరాడు. జూలై 1913లో, అతను కొలంబియా విశ్వవిద్యాలయంలో అడ్మిషన్ తీసుకున్నాడు మరియు రాజకీయాలు, ఆంత్రోపాలజీ, ఫిలాసఫీ, హిస్టరీ, సోషియాలజీ మరియు ఎకనామిక్స్ చదవడం ప్రారంభించాడు. అతను అమెరికా వాతావరణాన్ని అనుకూలమని కనుగొన్నాడు. అంతేకాకుండా, అతను అమెరికా యొక్క సామాజిక నిర్మాణాన్ని కూడా ఇష్టపడ్డాడు ఎందుకంటే ఇక్కడ ఏ రకమైన వివక్ష లేదు. అందరూ కలసి మెలసి జీవించేవారు. ఇక్కడ కూడా, అతను తన అధ్యయన స్వభావానికి రుజువు ఇచ్చాడు. అతను ఎక్కువ సమయం చదువులోనే గడిపేవాడు. అతని స్నేహితులు కొందరు అడిగారు-"నువ్వు ఎందుకు అంతగా చదువుతావు? భీంరావు, "నేను భారతదేశం నుండి వేరే దేశానికి చదువుకోవడానికి చాలా దూరం వచ్చాను, తిరిగి వెళ్ళినప్పుడు, నేను ఖాళీగా తిరిగి వెళ్లాలని అనుకోను- అప్పగించారు. ఈ తక్కువ సమయంలో, నేను చేయగలిగినంత జ్ఞానాన్ని పొందాలనుకుంటున్నాను." అదే యూనివర్సిటీలో చదువుతున్న మరో భారతీయ విద్యార్థి భీంరావు చెప్పిన ఈ సమాధానానికి చాలా ముగ్ధుడయ్యాడు. నావల్ భటేనా అనే విద్యార్థి హాస్టల్‌లోని తన గదిని తనతో పంచుకోవాలని అభ్యర్థించాడు. భీమారావుతో అన్నాడు. "నువ్వు హాస్టల్‌లోని నా గదిలో నాతో ఉంటే, మన చదువులో ఒకరికొకరు సహాయం చేసుకోవచ్చు." నావల్ భటేనా స్వయంగా ఎప్పుడూ ఫస్ట్ క్లాస్ వచ్చే విద్యార్థి. విశ్వవిద్యాలయంలోని ఉపాధ్యాయులు కూడా నావల్‌ని చాలా మెచ్చుకునేవారు, కానీ భీమ్‌రావు యొక్క చురుకైన మరియు చైతన్యవంతమైన స్వభావం అతన్ని ఎంతగానో ఆకట్టుకుంది, అతను హాస్టల్‌లోని తన గదిని తనతో పంచుకోమని భీమ్‌రావ్‌ను

అభ్యర్థించవలసి వచ్చింది. త్వరలో, నావల్ భటేనా మరియు అంబేద్కర్ మంచి స్నేహితులు అయ్యారు, తరచుగా ఒకే స్వభావం ఉన్న ఇద్దరు వ్యక్తులతో ఇది జరుగుతుంది. భీంరావు చదువు చాలా బాగా సాగేది. కొన్నిసార్లు, అతని స్నేహితులు కొందరు వచ్చి తమతో ఎక్కడికైనా వెళ్లమని అభ్యర్థించేవారు. భీంరావు నవ్వుతూ చెప్పేవాడు. "నేను సందర్శన కోసం ఇక్కడకు రాలేదు, నేను మా నాన్నగారి మరియు ఉన్నత చదువులు చదవాలనే నా కలని నెరవేర్చడానికి ఇక్కడకు వచ్చాను, మరియు నేను దానిని ఎలాగైనా చేస్తాను."

1915లో, అతను కొలంబియా విశ్వవిద్యాలయం నుండి ఎకనామిక్స్ మరియు సోషియాలజీలో మొదటి తరగతిలో ఉత్తీర్ణత సాధించాడు. ఇదంతా ఆయన నిరంతర కృషి, కృషి ఫలితమే. కానీ, అంబేద్కర్ దీనితో మాత్రమే సంతృప్తి చెందలేదు, అతను డాక్టరేట్ పొందడానికి సన్నాహాలు ప్రారంభించాడు. మే 1916లో, డాక్టర్ అంబేద్కర్ మొదటి వ్యాసం ప్రచురించబడింది. అమెరికాలో జరిగిన ఒక కార్యక్రమంలో డాక్టర్ అంబేద్కర్ భారతదేశంలోని కులాల గురించిన సుదీర్ఘ కథనాన్ని చదివి వినిపించారు. కొంతకాలం, ఈ వ్యాసం ప్రచురించబడింది. 1916లో కొలంబియా యూనివర్సిటీలో ఆంత్రోపాలజీ అనే అంశంపై జరిగిన సెమినార్లో 'భారతదేశంలో కులాలు' అనే అంశాన్ని పరిశోధక విద్యార్థి అంబేద్కర్ చదివి 1917లో ప్రచురించారు. ఈ వ్యాసంలో పరిణామంపై ఆయన దృష్టి సారించారు. భారతదేశంలోని మానవులు మరియు కుల వ్యవస్థ నిర్మాణం మరియు పురోగతి.

డాక్టర్ అంబేద్కర్ భారతదేశంలోని కుల వ్యవస్థపై తీవ్ర విమర్శకుడు. దళితులపై జరుగుతున్న అఘాయిత్యాలకు భారతదేశంలోని కుల వ్యవస్థ ప్రధాన కారణమని అతని దృఢ విశ్వాసం. భారతదేశంలో కులాలు, వర్గాలు లేకుంటే సమాజం ఏకమై ఉండేది. అట్టడుగు వర్గాల ప్రజలకు ఉన్నత కులాల వారు చేస్తున్న అన్యాయాన్ని నిరసించారు. నాలుగు తరగతులు ఉన్న భారతీయ తరగతి వ్యవస్థ ఉన్నత తరగతి ప్రజలకు అనుకూలంగా ఉందని అతను కనుగొన్నాడు. అట్టడుగు వర్గాల వారు, ముఖ్యంగా డాక్టర్ అంబేద్కర్‌కు చెందిన అట్టడుగు వర్గాలను ఉన్నత తరగతి ప్రజల అభిమాన స్థితి కారణంగా తక్కువ స్థాయికి చేర్చడానికి ఇది కారణం. కుల వ్యవస్థను నిరసించాలనే భావన మొదటి నుంచి ఆయనలో ఉంది. డాక్టర్ అంబేద్కర్ భారతీయ సామాజిక నిర్మాణం మరియు ఆర్థిక శాస్త్రం గురించి ముఖ్యమైన ప్రశ్నలను వెలుగులోకి తెచ్చారు మరియు వాటిపై చర్చలు మరియు చర్చలు ప్రారంభించారు. తన జీవితాంతం, అతను మూలం గురించి సమగ్ర పరిశోధన చేసాడు కుల వ్యవస్థ మరియు దాని వివిధ రూపాలు. అతను ముగించడానికి మాంటిల్‌ని తీసుకున్నాడు కుల వ్యవస్థ చెడులను తార్కికంగా మరియు సహేతుకంగా ప్రజలకు వివరించడం ద్వారా. పైన పేర్కొన్న వ్యాసంలో, గొప్ప భారతీయ పండితులు స్పష్టం చేసిన రచనలను ఎవరూ విశ్లేషించలేదని లేదా అర్థం చేసుకోలేదని ఆయన స్పష్టం చేశారు. భారతీయ కుల వ్యవస్థ యొక్క అంశాలు. ఇది చాలా విచారించదగ్గ విషయం అతని ప్రకారం. కుల వ్యవస్థ గురించి పండితులు ఏం రాశారో, ఆ విషయాన్ని సరైన సమయంలో

వివరించి ఉంటే, మన కుల వ్యవస్థ గురించి మొత్తం సమాజానికి తెలిసి ఉండేది. ఈ విషయంలో మన సమాజం ఇంకా అజాగ్రత్తగా ఉన్నందుకు చాలా బాధగా ఉందని చెప్పుకొచ్చారు. కానీ ఇప్పటికీ, డాక్టర్ అంబేద్కర్ కుల వ్యవస్థ యొక్క సంక్లిష్టతలను గురించి తెలుసు మరియు అతను కుల వ్యవస్థను వివరంగా అధ్యయనం చేయడం ద్వారా దాని సంక్లిష్టతలను తెలుసుకుంటానని నమ్మాడు. కుల వ్యవస్థ పెద్ద సమస్య అని నమ్మాడు. కుల వ్యవస్థ దాని ఉద్దేశ్యం నుండి చాలా భిన్నంగా మారింది మరియు దాని సూత్రాలను లోతైన ఆలోచన మరియు విశ్లేషణ ద్వారా మాత్రమే అర్థం చేసుకోవచ్చు. అతను పూర్తి విశ్వాసం, దృఢ సంకల్పం మరియు అంకితభావంతో ఈ పరిశోధనను కొనసాగించాడు. కుల వ్యవస్థ చాలా క్లిష్టమైనది, దాని పరిష్కారం అంత సులభం కాదు. దీని సూత్రాలు అర్థం చేసుకోవడం చాలా కష్టం మరియు చాలా క్లిష్టంగా ఉంటాయి, వాటికి పరిష్కారం కనుగొనడం కష్టం. దీని సంక్లిష్టతలు సూత్రప్రాయంగా మాత్రమే కాకుండా, మన సమాజాన్ని లోపలి నుండి తినే క్యాన్సర్ కణితుల వంటి ఆచరణాత్మక దృక్కోణం నుండి కూడా ఉన్నాయి. కానీ మేము పరిష్కారం కనుగొనలేకపోయాము.

ఈ క్యాన్సర్ కణితికి సకాలంలో చికిత్స అందించకపోతే, మన సమాజాన్ని రక్షించడం కష్టం. కొంతకాలం తర్వాత, డాక్టర్ అంబేద్కర్ భారతీయ సమాజంలోని రక్తం యొక్క స్వచ్ఛత సమస్యను లేవనెత్తారు. భారతీయ సమాజాన్ని పరిగణించలేమని అతను నమ్మాడు స్వచ్ఛమైన రక్త సమాజం. దీనికి కొన్ని ప్రత్యేక కారణాలున్నాయి – ఆర్యులు, ద్రావిడులు, శాకులు, హూణులు మరియు ఇతర కులాల వంటి విదేశీయుల రాక. ఇదొక్కటే కాదు, ఇంకా అనేక కులాలను ఉదాహరణగా చూపుతూ చెప్పాడు హిందూ జాతి స్వచ్ఛమైన రక్తం కాదని. ఈ కులాలన్నీ వచ్చి ఇక్కడ స్థిరపడి సామాజిక నిర్మాణంలో కలిసిపోయి అందులో భాగమయ్యారు. అవి ఇక్కడి సంస్కృతి, సమాజం, కులాల మధ్య విడదీయరాని భాగమై వాటి అసలు రూపం కనుమరుగైంది. ఈ మిశ్రమ రూపం నుండి, ఒక కొత్త సమాజం పుట్టింది. కాబట్టి, ఇక్కడ కుల వ్యవస్థ అనేది బయటి నుండి కాలానుగుణంగా ఇక్కడకు వచ్చిన వివిధ కులాల మిశ్రమ నిర్మాణం.

వేర్పాటువాదం యొక్క సువాసన సృష్టించబడిన దాని నుండి వస్తుంది వివిధ ప్రదేశాల నుండి వేర్వేరు ఎంటిటీలను కలపడం ద్వారా. అతని అభిప్రాయం ప్రకారం, ఉంటే మేము రక్త భేదం యొక్క స్థానం నుండి ఆలోచిస్తాము, తరువాత భారతీయ సమాజం అపవిత్రమైనదిగా పరిగణించాలి. కులం యొక్క ఈ ఏకీకృత రూపం భారతదేశంలో వ్యవస్థ ఇప్పటికీ చాలా మెలికలు తిరిగింది.అతని ప్రకారం, భారతీయ సమాజం ఆర్థిక దృక్కోణం నుండి మాత్రమే ఏకీకృతం కాదు, కానీ ఇక్కడ బాగా ప్రణాళికాబద్ధమైన సంస్కృతి ఏకీకృతమైనది మరియు విడదీయరానిది మరియు భారతదేశం అంతటా వ్యాపించింది. సాంస్కృతిక లోతు మరియు ఆలోచన యొక్క ఐక్యత కారణంగా, కుల వ్యవస్థ ఒక భారీ సమస్యగా పెరిగిందని, దానిని వివరించడం లేదా విశ్లేషించడం కష్టం అని అతను నమ్మాడు. ఈ కుల వ్యవస్థను పరిష్కరించడానికి మరియు అర్థం చేసుకోవడానికి, డాక్టర్ అంబేద్కర్ కుల వ్యవస్థ సూత్రాలపై భారతీయ

ఆలోచనాపరుడు డాక్టర్ కేత్కర్ యొక్క విశ్లేషణ సరైనదని భావిస్తారు. కుల వ్యవస్థ యొక్క సూత్రాలను కుల వ్యవస్థ ఆధారంగా వివరించకూడదని అతను చెప్పాడు. అదే కుల వివాహాల సంప్రదాయం కుల వ్యవస్థకు మూలకారణమని అతను నమ్ముతున్నాడు. అతని అభిప్రాయం ప్రకారం, భారతీయ కుల వ్యవస్థ యొక్క ప్రధాన లక్షణం సమాజంలోని వివిధ ప్రాంతాలను తరగతులుగా విభజించడం, ఇది వివిధ సంప్రదాయాలు మరియు ఆచారాలు మరియు వివాహానికి సంబంధించిన విభిన్న సంప్రదాయాలు. దీని ప్రధాన పరిణామం ఏమిటంటే, ప్రతి ఒక్కరూ తమ తమ కులాల్లోనే వివాహం చేసుకోవాల్సిన అవసరం ఏర్పడింది. ఒకే కుల వివాహాలు ఎందుకు జరిగాయి, కుల వ్యవస్థ మరియు నాలుగు తరగతులు ఎలా ఉద్భవించాయి మరియు అది ఎలా సంక్లిష్టంగా మారింది అనే విషయాలను కనుగొనడంలో డాక్టర్ అంబేద్కర్ విజయవంతం కాలేదు. కుల వ్యవస్థను సజీవంగా ఉంచడంలో ఋషుల (సాధువుల) వంశాల సంప్రదాయం కూడా వారి ప్రత్యేక గుర్తింపును (గోత్రాలు అని పిలుస్తారు) ఉంచడానికి ప్రధాన కారణమని అతను భావించాడు. గోత్రా సంప్రదాయం యొక్క అర్థం ఏమిటంటే, ఒకే గోత్రంలో వివాహం చేసుకోవడం నిషేధించబడింది మరియు వేరే గోత్రంలో వివాహం చేసుకోవడానికి అనుమతించబడింది. ఈ సంప్రదాయాన్ని విచ్ఛిన్నం చేయడం ఎవరికీ సాధ్యం కాదు. ఈ సంప్రదాయం చాలా కఠినంగా అనుసరించబడింది మరియు అదే గోత్రాలలో వివాహం చేసుకోవడం పవిత్రతగా పరిగణించబడింది. వేరే గోత్రంలో మాత్రమే వివాహం అనుమతించబడింది. ఈ సంప్రదాయాన్ని ఖచ్చితంగా పాటించడమే కుల వ్యవస్థను సజీవంగా ఉంచడానికి ప్రధాన కారణం. అదే 'గోత్రం'లో వివాహాన్ని అనుమతించినట్లయితే, సమాజంలో ఉన్న అన్ని భేదాలు తొలగిపోతాయని మరియు సమాజం ఒక కులంగా మారుతుందని, దీనిలో పెద్ద మరియు చిన్న వ్యక్తి ఎవరూ ఉండరని అతను నమ్మాడు; మరియు ఎక్కువ లేదా తక్కువ, మీది లేదా నాది అనే తారతమ్యం అనే సంప్రదాయం అంతరించిపోతుంది. మన సమాజంలోని కుల వ్యవస్థ యొక్క క్యాన్సర్ కణితి నయమవుతుంది మరియు సమాజం ఒకటి అవుతుంది. కుల వ్యవస్థ మన సమాజంలో చాలా అసహ్యకరమైన అంశమని డాక్టర్ అంబేద్కర్ అన్నారు. "కుల వ్యవస్థ" అనే పదం వినగానే అతని అంతరంగం రెచ్చిపోతుంది మరియు అతని మనస్సు దానిపై తిరుగుబాటు చేస్తుంది. కానీ అతను భావోద్వేగ దృక్కోణం నుండి కుల వ్యవస్థపై నిరసన వ్యక్తం చేయకూడదనుకున్నాడు, దీనికి బలమైన ఆధారాలు మరియు బలమైన కారణాలను సేకరించాలని అతను కోరుకున్నాడు. బహుశా అతను కారణాలను కూడా సేకరించగలిగాడు. అందుకే వాటిని పూర్తిగా పరిశీలించిన తర్వాత, నాలుగు తరగతుల వ్యవస్థ అనేది మన సమాజ ఐక్యతకు అత్యంత అసాధ్యమైన, ప్రమాదకరమైన, విఫలమైన ఏర్పాటు అని అన్నారు. ఇది మన సమాజాన్ని ముక్కలు చేసింది. ఏకీకృత సమాజాన్ని విభజించిన సమాజంగా మార్చింది. అంతే కాదు, మతం, సహాయ నిరాకరణ, అభద్రత, వేర్పాటువాదం, ద్వేష భావాల ఆధారంగా వివక్షను కూడా పెంచింది. కుల వ్యవస్థ యొక్క ప్రాథమిక సూత్రం నాలుగు-తరగతి వ్యవస్థ వెనుక ఉన్న ప్రాథమిక సూత్రానికి పూర్తిగా భిన్నమైనదని అతను నమ్మాడు. వారు ఒకదానికొకటి పూర్తిగా మరియు

పూర్తిగా భిన్నంగా ఉన్నారు. డాక్టర్ అంబేద్కర్ కుల వ్యవస్థను అనేక రకాలుగా పరీక్షించారు. అని ఆయన అన్నారు కుల వ్యవస్థ మరియు వర్గ వ్యవస్థ ఒకదానికొకటి విరుద్ధంగా ఉన్నాయి. అతను తన కులంతో పాటు వ్యక్తి యొక్క లక్షణాలను పరిగణనలోకి తీసుకున్నాడు. సామాజిక నిర్మాణం నాణ్యత సూత్రంపై ఆధారపడి ఉంటే, సమాజం గుణాల ఆధారంగా వ్యవస్థీకృతమైతే, నాణ్యత ఆధారంగా కాకుండా ఎవరైనా ఉన్నత పదవిని పొందే అవకాశం ఉందని ఆయన చెప్పారు. అతని గుణాల వల్ల కాకుండా అతని పుట్టుక. కానీ, ఇప్పటికీ అతను విశ్వసించాడు మరియు సమాజాన్ని వివిధ తరగతులుగా విభజించడం మానవ స్వభావానికి విరుద్ధమని నిరూపించాడు. అతను వర్గ వ్యవస్థ మరియు కుల వ్యవస్థకు సేవకుడు మరియు యజమాని సంబంధం యొక్క పోటును ఇచ్చాడు మరియు వారిద్దరూ ఒకరిపై ఒకరు ఆధారపడి ఉన్నారని చెప్పారు. సంబంధాలు ఉన్నాయని తెలిపారు బ్రాహ్మణులు, క్షత్రియులు మరియు వైశ్యులు కూడా సహృదయంతో లేరు, అయినప్పటికీ వారు విజయవంతంగా కలిసి పని చేయగలిగారు. ఈ ఏర్పాటు ద్వారా మూడు ఉన్నత వర్గాల ప్రజలు శూద్రులను పూర్తిగా అణచివేసి వారిపై ఆధారపడేలా చేయగలిగారు. ఈ మూడు వర్గాలు కావాలంటే శూద్రులు ఆకలితో చనిపోతారు. వారు దిగువ తరగతికి చదువుకోడానికి లేదా వ్యాపారాన్ని అభ్యసించడానికి అనుమతించలేదు, తద్వారా వారు వారి హక్కుల గురించి తెలుసుకోలేరు మరియు వారిపై పూర్తిగా ఆధారపడి ఉన్నారు. అతను మను చట్టాలను కూడా సవాలు చేశాడు. మానవ హక్కులకు సంబంధించి, మనుసంహిత చాలా అపఖ్యాతి పాలైనదని మరియు అశాస్త్రీయమని అతను నమ్మాడు. అంబేద్కర్ ఆలోచన పూర్తి వర్గ వ్యవస్థపై బలంగా దాడి చేస్తుంది. అంబేద్కర్ స్వయంగా ఈ వ్యవస్థ యొక్క లోతైన మరియు బాధాకరమైన వ్యక్తిగత అనుభవాన్ని కలిగి ఉన్నందున ఈ దాడి యొక్క శక్తి కూడా పెరుగుతుంది. లండన్‌లో ఉంటూనే, భీమారావు అవమానాలను చవిచూడాల్సి వచ్చింది మరియు ప్రతి క్షణం తన సేవక స్థితిని గుర్తుచేసుకోవలసి వచ్చింది. "వీరే మా బానిసలు", ఈ అవమానకరమైన మాటలు అక్కడి సాధారణ పౌరుల పెదవులపై కూడా ఉన్నాయి. తన చదువును పూర్తి చేయాలనే దృఢ సంకల్పం కారణంగా, ఉన్నత విద్యకు సంబంధించిన సౌకర్యాలు లండన్ లేదా ఇతర అభివృద్ధి చెందిన దేశాలలో మాత్రమే ఉన్నందున అతను ఈ అవమానాన్ని నిశ్శబ్దంగా భరించవలసి వచ్చింది. ఒకరోజు అంబేద్కర్ లండన్‌లో రోడ్డు మీద నడుచుకుంటూ వెళ్తున్నాడు. అమ్మము. ఎదురుగా వస్తున్న ఇన్‌స్పెక్టర్ అతన్ని చూశాడు. ఇన్‌స్పెక్టర్ అతన్ని అక్కడ ఆపి తన సహోద్యోగి ఇన్‌స్పెక్టర్‌తో అన్నాడు, "ఇతను ఒక భారతీయ యువకుడు. ఈ రోజుల్లో, బ్రిటిష్ ప్రభుత్వానికి వ్యతిరేకంగా భారతదేశంలో విప్లవం జరుగుతోంది. ఇక్కడ లండన్‌లో కూడా వారి వ్యక్తులు కొందరు రహస్యంగా ఈ కార్యకలాపాలలో పాల్గొంటున్నారు. అతన్ని పట్టుకోండి. మరియు అతనిని శోధించండి, బహుశా అతనిపై కొన్ని అభ్యంతరకరమైన విషయాలు కూడా ఉండవచ్చు." సైనికుడు భీంరావుని క్షుణ్ణంగా వెతికాడు. అతను ఈ అవమానకరమైన చర్యను నిశ్శబ్దంగా భరించవలసి వచ్చింది. అతను పరాయి దేశంలో ఇంకా ఏమి చేయగలడు? తన ఉన్నత విద్యకు ఆటంకం కలిగించే

ఏ పనీ చేయదలచుకోలేదు. ఈ సమయానికి, సావర్కర్ వంటి లండన్లోని భారతీయ విద్యార్థులను తిరుగుబాటుకు ప్రోత్సహించే వ్యక్తులు అండమాన్ జైలులో బంధించబడ్డారు. భీంరావుని వెతకగా సైనికులకు అతని పాస్‌పోర్ట్ మాత్రమే దొరికింది. భీంరావు లాంటి కష్టపడి చదివే విద్యార్థి దగ్గర ఇంకా ఏం కనిపెట్టగలిగారు? భీంరావు అతను విదేశీ దేశంలో నివసిస్తున్నప్పుడు అతను ఎలాంటి ఇబ్బందుల్లో పడకూడదనుకోవడం వల్ల చాలా సంతోషంగా అనిపించింది. భీంరావు లండన్‌లో లా అండ్ ఎకనామిక్స్ చదువుతున్నాడు. జున్ 1916లో, అతను తన థీసిస్‌ను పూర్తి చేసి కొలంబియా విశ్వవిద్యాలయానికి సమర్పించాడు తనిఖీ చేస్తోంది. దానితో పాటు, అతను ఎకనామిక్స్ మరియు లా అధ్యయనాలను కొనసాగించాడు. 1917లో కొలంబియా యూనివర్సిటీ ఆయనను పిహెచ్‌డితో సత్కరించింది. డిగ్రీ. ఈ సమయంలో, బ్రిటిష్ వారు దాదాపు మొత్తం ప్రపంచాన్ని పాలించారు. అలాంటప్పుడు భీంరావు లాంటి విద్యార్థి తమ దేశంలో నివసించడం, వారి కళ్లకు కనిపించకుండా ఉండడం ఎలా సాధ్యం? భీమ్‌రావ్ అంబేద్కర్ గైక్వాడ్ స్కాలర్‌షిప్‌పై మొదట అమెరికాలో మరియు ఇప్పుడు లండన్‌లో చదువుతున్నట్లు వారి ప్రభుత్వానికి పూర్తిగా తెలుసు. భీంరావుకు పిహెచ్‌డి పట్టా లభించిందని కూడా వారికి తెలుసు. భీంరావు లండన్‌లో ఉండడం వారికి ఇష్టంలేదు. అతను కూడా విప్లవకారుడిగా మారతాడని వారు భయపడ్డారు, అతను విదేశాలలో ఉన్న సమయంలో అతను విప్లవకారుడిగా మారతాడని అతని చర్యలు మరియు ప్రవర్తన నుండి అనుమానాస్పద సంకేతాలు ఇవ్వలేదు. కానీ బ్రిటీష్ ప్రభుత్వం ఎలాంటి రిస్క్ తీసుకోదలుచుకోలేదు. అకస్మాత్తుగా, ఒక రోజు, భీమ్రావుకు బరోడా రాజు నుండి ఉత్తరం వచ్చింది. అతను ఉత్తరం చదివి చాలా ఆశ్చర్యపోయాడు ఎందుకంటే అతను లండన్ వచ్చే ముందు మహారాజా గైక్వాడ్ అతనికి స్కాలర్‌షిప్ ఇచ్చినప్పుడు అతను తన చదువు పూర్తి చేసిన తర్వాత తన స్వదేశానికి తిరిగి వచ్చి రాష్ట్రానికి సేవ చేయాలని ఒప్పందంపై సంతకం చేశాడని మర్చిపోయాడు. 10 సంవత్సరాలు బరోడా. ఉత్తరం రాగానే పాత విషయాలన్నీ ఒక్కొక్కటిగా గుర్తొచ్చాయి. 'ఇప్పుడు పిహెచ్‌డీ పట్టా అందుకున్నావు కాబట్టి అత్యున్నత విద్యను అందుకున్నావు కాబట్టి ఈరోజు నుంచి స్కాలర్‌షిప్‌ను నిలిపివేస్తున్నట్లు' లేఖలో స్పష్టంగా రాశారు. భీంరావు నుదుటిపై ఆందోళన రేఖలు ఏర్పడ్డాయి. కానీ, ఈ ఆందోళన పంక్తులు ఒప్పందాన్ని ఉల్లంఘించినందుకు కాదు, కానీ తదుపరి అధ్యయనం చేయలేకపోయాయి. అతను ఎకనామిక్స్‌లో M.A పూర్తి చేసినప్పటికీ, లాలో అతని చదువు ఇంకా అసంపూర్తిగా ఉంది. కానీ, స్కాలర్‌షిప్ ఆగిపోవడంతో, అతను లండన్‌లో కొనసాగడం సాధ్యం కాలేదు. ఫలితంగా, అతను తన స్వదేశానికి తిరిగి వెళ్ళవలసి వచ్చింది.ధారపడి

6.ఉపాధి

N జూన్ 1917, భీంరావు లండన్‌కు వీడ్కోలు పలికి భారతదేశానికి తిరిగి వచ్చాడు. కానీ, ఇప్పుడు అతని పేరుకు డాక్టర్ పదం జతచేయబడింది, ఇప్పుడు అతన్ని డాక్టర్ భీమ్‌రావ్ అంబేద్కర్ అని పిలుస్తారు. భారతదేశానికి తిరిగి వచ్చిన తరువాత, అతను నేరుగా బరోడా రాష్ట్రానికి వెళ్ళాడు. తన ఒప్పందాన్ని నెరవేర్చుకోవడం తప్ప అతనికి వేరే మార్గం లేదు. చదువు పూర్తి చేయలేకపోయానన్న బాధ అతని హృదయంలో ఉంది. కానీ అతని హృదయంలో ఏదో ఒక మూలలో ఒక ఆశ ఉంది, అది కేవలం 10 సంవత్సరాలు మాత్రమే. ఒప్పందాన్ని పూర్తి చేసిన తర్వాత, అతను తిరిగి లండన్ వెళ్లి అతనిని పూర్తి చేస్తాడు

అధ్యయనం చేసి, 'రూపాయి సమస్య' అనే అంశంపై తన థీసిస్‌ను సమర్పించారు. లండన్ నుండి బయలుదేరే ముందు, భీమ్రావు తన పుస్తకాలన్నింటినీ ఓడలో బొంబాయికి పంపాడు. అతను తన పుస్తకాలన్నింటినీ బొంబాయికి భద్రంగా రవాణా చేయడానికి ఒక పుస్తక కంపెనీకి కాంట్రాక్ట్ ఇచ్చాడు. అంతే కాదు, పుస్తకాల భద్రతను దృష్టిలో ఉంచుకుని, వాటిపై బీమా పాలసీని కూడా తీసుకున్నాడు.

అతను విదేశాలకు వెళ్లినప్పుడు బొంబాయి నగరంలో ప్రత్యేక మార్పులు లేవు. ఇది బానిస దేశం యొక్క అదే పెద్ద నగరం. అది అమెరికా కొలంబియాలా కాదు, ఇంగ్లండ్ రాజధానిలా కాదు. లండన్, బొంబాయి చేరుకోవడం వల్ల భీంరావుకి ప్రత్యేక ఆనందమేమీ కలగలేదు, ఎందుకంటే చదువు పూర్తి చేయలేకపోయానన్న బాధ అతని హృదయంలో ఇంకా తాజాగా ఉంది. కానీ, అతని భార్య రమాబాయి తిరిగి వచ్చినందుకు చాలా సంతోషించింది. డాక్టర్ అంబేద్కర్ ఇంటికి వచ్చినప్పుడు, అతను తన స్కాలర్‌షిప్ ఆగిపోయినందున అతను తన చదువును మధ్యలోనే వదిలిపెసాడని మరియు అతను రాబోయే 10 సంవత్సరాలు బరోడా మహారాజా సేవలో ఉంటాడని ఆమెకు తెలిసింది.

బరోడాలో బాధాకరమైన అనుభవం

డాక్టర్ భీంరావు తిరిగి రావడంతో కుటుంబంలో అందరూ చాలా సంతోషించారు. కుటుంబం మొత్తం బరోడా వెళ్లేందుకు సన్నాహాలు చేస్తున్నారు అంబేద్కర్ తన పుస్తకాలను బొంబాయికి సురక్షితంగా తీసుకురావడానికి కాంట్రాక్ట్ ఇచ్చిన కంపెనీ నుండి సందేశం వచ్చింది. పుస్తకాలు వస్తున్న ఓడ సముద్రంలో మునిగిపోయిందని సందేశంలో పేర్కొన్నారు. ఈ వార్త విన్న డాక్టర్ అంబేద్కర్ చాలా బాధపడ్డారు. అతని భార్య రమాబాయి, అతని ఇరుగుపొరుగు వారు అతని ఇంటి వద్ద గుమిగూడిన విషయం విని ఏడుపు ప్రారంభించాడు. పై రమాబాయి రోదనకు గల కారణాన్ని విని వారు తమ సానుభూతిని తెలిపారు ఆమె వైపు. డాక్టర్ అంబేద్కర్ తనను తాను నియంత్రించుకుని బరోడా

వెళ్ళడానికి సన్నాహాలు ప్రారంభించాడు. కొంతకాలం తర్వాత, బరోడా వెళ్ళడానికి తన వద్ద తగినంత డబ్బు లేదని అతను గ్రహించాడు. ఈ విషయాన్ని తన భార్య రమాబాయికి చెప్పాడు. విశ్వాసపాత్రుడైన భార్య వెంటనే తను ధరించిన బంగారు హారాన్ని తీసి డా. అంబేద్కర్‌కి ఇచ్చి, "దీనిని వడ్డీ వ్యాపారి వద్ద సెక్యూరిటీగా ఉంచి అతని దగ్గర కొంత డబ్బు తీసుకో. నీ జీతంలోంచి అతని రుణం మెల్లగా చెల్లిస్తాం" అని చెప్పింది.

భీంరావు అందుకు సిద్ధంగా లేడు. బరోడా వెళ్లేందుకు తన భార్య ఆభరణాలను అమ్మేందుకు అతని మనస్సాక్షి అనుమతించలేదు. అతని భార్య అతని సందిగ్ధతను గ్రహించి అతనికి వివరించింది, "మనం సకాలంలో బరోడా చేరుకోవడం అవసరం, మరియు ఇంటిని నడపడానికి కూడా మాకు డబ్బు కావాలి. మీకు ఒక నెల తర్వాత మాత్రమే మీ జీతం వస్తుంది. దయచేసి ఈ నెక్లెస్‌ను సెక్యూరిటీగా ఉంచండి. మరియు కొంత డబ్బు తీసుకో." వారిద్దరూ ఈ సమస్యకు పరిష్కారం గురించి ఆలోచిస్తూనే ఉండగా, వారికి రూ. 2,000. రూ.లక్ష మనీ ఆర్డర్ రావడం పట్ల వారు సంతోషం వ్యక్తం చేశారు. ఈ క్లిష్ట పరిస్థితుల్లో 2,000. మనీ ఆర్డర్ పంపిన పోస్ట్‌మ్యాన్‌ను అడిగితే.. సముద్రంలో మునిగిపోయిన పుస్తకాలకు బీమా సొమ్ముగా లండన్‌కు చెందిన థామస్ టుక్ కంపెనీ పంపినట్లు తెలిసింది.

కష్టమైన సమస్య పరిష్కరించబడింది. దేవుడు డాక్టర్ అంబేద్కర్‌ను క్లిష్ట పరిస్థితి నుండి రక్షించాడు. రూ. తీసుకుంటున్నారు. 500, భీమ్రావ్ మొదట బరోడాకు ఒంటరిగా వెళ్లాలని నిర్ణయించుకున్నాడు, తద్వారా అతను తన కుటుంబం అక్కడ ఉండేందుకు ఏర్పాట్లు చేశాడు. అతను రూ. ఇంటి ఖర్చుల కోసం రమాబాయికి 1,500. బరోడా కోసం ప్రారంభించే ముందు, డాక్టర్ భీమ్‌రావ్ అంబేద్కర్ బరోడా కోసం ప్రారంభించినట్లు తన కార్యాలయానికి తెలియజేశారు. బరోడా రాజుకు ఈ వార్త తెలియగానే చాలా సంతోషించాడు. బరోడా రైల్వే స్టేషన్‌లో డాక్టర్ అంబేద్కర్‌కు భారీ స్వాగతం పలకాలని కోరారు. కానీ, డా.అంబేద్కర్ మహర్ కులానికి చెందినవారని తెలుసుకున్న రాజ కీయ కార్యకర్తలు అక్కడికి వెళ్లి ఆయనకు స్వాగతం పలకాలనే ఆలోచనను విరమించుకున్నారు. ఫలితంగా, డాక్టర్ అంబేద్కర్ రైలు నుండి దిగినప్పుడు, అతనికి స్వాగతం పలికేందుకు అక్కడ ఎవరూ లేకపోవడం చాలా ఆశ్చర్యానికి గురిచేసింది. తర్వాత కాలినడకన రాజభవనానికి బయలుదేరాడు. రాజభవనానికి చేరుకోగానే తన రాకను రాజుకు తెలియజేయవలసిందిగా ఒక సభికుడిని కోరాడు. రాజు అతన్ని లోపలికి పిలిచాడు. రాజును కలిసిన సందర్భంగా ముందుగా డాక్టర్ అంబేద్కర్ పాదాలను తాకి నమస్కరించారు. రాజు అతనికి విపరీతమైన దీవెనలు ఇచ్చాడు. ప్రాథమిక ఫార్మాలిటీలను పూర్తి చేసిన తర్వాత. రాజు ఆదేశాల మేరకు డాక్టర్ భీమ్‌రావ్ అంబేద్కర్ బరోడా సైనిక కార్యదర్శి పదవిని చేపట్టారు. చివరగా, డాక్టర్ అంబేద్కర్ యొక్క ఉన్నత విద్య గొప్ప డివిడెండ్లను చెల్లించింది మరియు అతను సైనిక కార్యదర్శిగా గౌరవప్రదమైన ఉద్యోగం మరియు రూ. నెలకు 200 జీతం. కానీ, ఆ పదవి చాలా ఎక్కువ కావడంతో చాలా కష్టపడాల్సి రావడంతో పాటు బాధ్యత కూడా తన భుజాలపై వేసుకుంది. డాక్టర్ అంబేద్కర్

ప్రతిరోజు 24 గంటలలో 18 పని చేయాల్సి వచ్చింది. సైనిక కార్యదర్శిగా డాక్టర్ అంబేద్కర్ బాధ్యతలు స్వీకరించడంతో సైన్యంలో కొత్త ఉత్సాహం, కొత్త జీవితం వెల్లివిరిసింది. ఆఫీస్ బేరర్లు అందరూ కొత్త పని పద్ధతులతో చాలా సంతోషించారు. సైన్యంలో పని, మిలిటరీ సెక్రటరీ ఉద్యోగం చాలా బాగా సాగాయి. కానీ, భీంరావు జీవితం మొదటి నుంచీ కష్టాలే. అయితే ఎలా అతను ఇప్పుడు ప్రశాంతమైన మరియు ప్రశాంతమైన జీవితాన్ని గడపాలని ఆశిస్తున్నాడా? అతను మహర్ కులస్తుడనే విషయం అతనిని నీడలా వెంటాడుతోంది. వారి మిలటరీ సెక్రటరీ మహర్ కులానికి చెందినవాడని మెల్లమెల్లగా బరోడా అంతటా వార్త వ్యాపించింది. ఈ విషయం మహారాజుకు ముందే తెలుసు, కాని రాజ కార్మికులు మరియు రాజ కుటుంబీకులు ఈ నిజం ఇప్పుడే తెలుసుకున్నారు, మరియు వారు కూడా ఈ విషయంపై స్పందించడం ప్రారంభించారు. కొంతకాలం తర్వాత, డాక్టర్ అంబేద్కర్ తన దగ్గరికి రావడానికి కూడా భయపడతాడని మరియు తనను తాకకుండా దూరం నుండి తన టేబుల్‌పై ఉన్న ఫైల్‌లను విసిరేస్తాడని భావించాడు. ఇతర కార్మికులందరూ కూడా అతనిని చూడగానే అసహ్యంతో ముక్కున వేలేసుకుంటారఅంటరానితనం అనే భూతం ఇక్కడి పౌరులను కూడా ఆక్రమించిందని అర్థం చేసుకోవడానికి అతనికి ఎక్కువ సమయం పట్టలేదు. డాక్టర్ అంబేద్కర్ దీనిపై పెద్దగా దృష్టి పెట్టలేదు మరియు తన విధులను చక్కగా నిర్వహించాడు. కానీ, అతని మనసులో మాత్రం చాలా కోపం వచ్చింది. అంటరానితనాన్ని తొలగిస్తామని ప్రతిజ్ఞ చేశారు డాక్టర్ అంబేద్కర్ బరోడాలో మరో ప్రతిజ్ఞ చేశార

అంటరానితనాన్ని తొలగిస్తామని.

అతని మొదటి ప్రతిజ్ఞ ఉన్నత విద్య మరియు ఉన్నత స్థానం పొందడం. ఇది అతను ఇప్పటికే నెరవేర్చాడు. ఈ విధంగా కొంత సమయం గడిచిపోయింది. ఒకరోజు ఒక సంఘటన జరిగింది. డాక్టర్ అంబేద్కర్ తన ప్యూన్‌ని తనకు ఒక గ్లాసు నీళ్ళు తీసుకురమ్మని అడిగాడు. మొదట ప్యూన్ సాకులు చెబుతూనే ఉన్నాడు. డా. అంబేద్కర్ తన సాకులు చెప్పడానికి కారణం చెప్పమని ఆదేశించినప్పుడు, ప్యూన్ ముక్తకంఠంతో, "సార్! మా ఆఫీసులో శూద్రులకు నీళ్ళు ఇచ్చే ఏర్పాటు లేదు." ఇలాంటి అవమానకరమైన మాటలు విన్న డాక్టర్ అంబేద్కర్‌కు పెద్ద షాక్ తగిలింది. రాయిలా మారినట్లే. అతను ఆలోచిస్తున్నాడు-మహార్‌ని మనిషిగా కూడా పరిగణించరు. అతను ఇప్పుడు ఈ ఉద్యోగం మరియు అక్కడి ప్రజలతో విసిగిపోయాడు. అతను 10 సంవత్సరాల పాటు బరోడా ప్రభుత్వానికి సేవ చేయడానికి ఒప్పందంపై సంతకం చేసాడు, కానీ ఈ పరిస్థితుల్లో, అతను ఈ స్థానంలో లేదా బరోడాలో 10 నిమిషాలు కూడా ఉండలేని పరిస్థితి. కొన్నిసార్లు అతను తన ఉద్యోగం గురించి మరియు కొన్నిసార్లు రాజీనామా గురించి ఆలోచిస్తాడు. ఇది మాత్రమే కాదు, డాక్టర్ అంబేద్కర్ తన భోజనం తినడానికి మెస్‌కి వెళ్లినప్పుడు, ఎవరూ అతనితో ఒకే టేబుల్‌పై కూర్చోవడానికి లేదా అతనిని చూడడానికి కూడా

ఇష్టపడరు. ఇది మాత్రమే కాదు, బరోడా పౌరులు డాక్టర్ అంబేద్కర్‌తో పాటు బరోడా రాజును కూడా విమర్శించడం ప్రారంభించారు. ఈ తప్పుడు నిర్ణయానికి రాజును బాధ్యులను చేశారు. ఈ విషయాలన్నీ భీంరావుకు దాచలేదు. ఇవన్నీ భీమారావుపై చెడు ప్రభావాన్ని చూపాయి, కానీ అతను తన ఒప్పందాన్ని గౌరవించవలసి వచ్చింది. కాబట్టి, అతను ఈ చర్చలన్నింటినీ మరచిపోవడానికి ప్రయత్నించాడు మరియు తన డ్యూటీపై దృష్టి పెట్టడానికి ప్రయత్నించాడు.బరోడాలో భీమ్రావ్ యొక్క జీవన ఏర్పాట్లు ఇప్పటికీ తాత్కాలికంగా ఉన్నాయి. ఆయన బస కోసం ఇప్పటి వరకు శాశ్వత ఏర్పాట్లు చేశారు. ఎక్కడున్నా భీమ్రావు ఇల్లు వెతుక్కుంటూ వెళ్ళాడు, అతను ఎదుర్కొన్న మొదటి ప్రశ్న- అతను ఏ కులం లేదా గోత్రానికి చెందినవాడు? డాక్టర్ భీంరావు అబద్ధం చెప్పకూడదనుకున్నాడు మరియు చెప్పడం వల్ల కలిగే పరిణామాలు అతనికి తెలుసు నిజం. దీంతో అతనికి ఎక్కడా వసతి దొరకలేదు. అతనికి అద్దెకు ఇల్లు కూడా ఇవ్వడానికి ఎవరూ ఇష్టపడలేదు. చూడటం పరిస్థితి దిగజారడంతో భీమ్‌రావు తన పేరు మార్చుకుని హోటల్‌లో నివసించడం ప్రారంభించాడు. కానీ, ఇంత ఉన్నత విద్యావంతుడు మరియు ఉన్నత స్థాయి వ్యక్తి యొక్క వాస్తవికత ఎక్కువ కాలం దాచబడలేదు. నిజం బయటకు వచ్చినప్పుడు, అతనికి వసతి పొందే చివరి అవకాశం కూడా లేకుండా పోయింది.

ఈ విచారకరమైన పరిస్థితిలో డాక్టర్ భీంరావు రాజుగారికి ఒక ఉత్తరం వ్రాశాడు- "నేను చాలా కాలం నుండి బరోడాలో ఉన్నాను, ఇప్పటికీ నా వసతికి శాశ్వత ఏర్పాట్లు చేయలేదు. ఆఫీసులో, ప్యూన్ ఫైల్స్ టేబుల్ మీద విసిరాడు. ఎప్పుడు ఫైళ్లను వెనక్కి తీసుకునే సమయం వచ్చింది, ఫైళ్లు భూమి మీద పడేంత దూరం నుండి ఫైళ్లను తీయడానికి ప్రయత్నిస్తాడు.నాకు దాహం వేసినప్పుడు తాగడానికి నీరు ఇవ్వలేదు, ఎందుకంటే ఇచ్చే ఏర్పాటు లేదు. ఆఫీస్‌లో అంటరాని వారికి నీళ్ళు.. ఆఫీస్‌లోని నీళ్లను ముట్టుకుంటే అది అపవిత్రం అవుతుంది కాబట్టి నేను నా నీళ్లను ఇంటి నుండి తీసుకురావాలని కూడా అంటారు.ఇలాంటి క్లిష్ట పరిస్థితుల్లో నేను ఇక్కడ ఎలా ఉండగలను మరియు నేను ఎలా సేవ చేయగలను రాష్ట్రం?"

ఈ లేఖను తీసుకుని డాక్టర్ అంబేద్కర్ స్వయంగా రాజు వద్దకు వెళ్లాడు. ఉత్తరం చదివిన రాజు చాలా ఆశ్చర్యపోయాడు మరియు దివాన్ సాహబ్‌ని కలవమని డాక్టర్ అంబేద్కర్‌ని కోరాడు. దివాన్ సాహబ్ తన సమస్యను పరిష్కరించగలరని ఆయన అన్నారు. డాక్టర్ అంబేద్కర్ దివాన్ సాహబ్ వద్దకు వెళ్లి తన సమస్యను చెప్పారు. డాక్టర్ అంబేద్కర్ సమస్యను విన్న దివాన్ సాహబ్ అతని సమస్యకు పరిష్కారం కనుగొనలేక తన అసమర్థతను చాటుకున్నాడు. "ఇది సాధారణ సమస్య కాదు, చాలా తీవ్రమైన సమస్య, నేను దీనికి పరిష్కారం కనుగొనలేకపోతున్నాను, నేను సమాజంలో ఉండవలసి ఉంటుంది, నేను పౌరులకు వ్యతిరేకంగా ఎలా వెళ్తాను?" కనీసం నా బసకు ఏర్పాట్లయినా చేయండి" అని డాక్టర్ అంబేద్కర్ అన్నారు. దివాన్ సాహబ్ నిరాకరించి, "అతని ఇంట్లో ఎవరూ మహర్ వసతి ఇవ్వరు, అవును, మీకు కావాలంటే, నేను మీకు త్రాగునీటి ఏర్పాట్లు చేస్తాను." అప్పుడు డాక్టర్

అంబేద్కర్, "మిగిలిన విషయాలు నేనే నిర్వహిస్తాను, దయచేసి నాకు వసతి ఏర్పాట్లు చేయండి." ఈసారి కూడా దివాన్ సాహెబ్ తన అసమర్థతను చాటుకుని, "ఇది నాకు సాధ్యం కాదు. ఇప్పుడు ఏం చేయాలో దిక్కుతోచని స్థితిలో పడ్డారు డాక్టర్ అంబేద్కర్. కొద్దిసేపటి తర్వాత, అతను తన రాజీనామాను దివాన్ సాహబ్‌కు అందజేశారు

బొంబాయికి తిరిగి వెళ్ళు

డాక్టర్ అంబేద్కర్ ముందు ఆయన రాజీనామా చేయడం తప్ప మరో మార్గం లేదు. కాంట్రాక్టును నెరవేర్చేందుకు తన శాయశక్తులా ప్రయత్నించాడు. ఆయన మిలటరీ సెక్రటరీ బాధ్యతలు స్వీకరించారు. ఆ పదవిలో ఉండగా రోజుకు 18 గంటలపాటు పనిచేసి విధులు నిర్వర్తించేవాడు. కానీ, బరోడా ప్రజలు మరియు కార్యాలయంలోని అతని సహచరులు అతనిని వ్యతిరేకించి, అంటరాని వ్యక్తి అని పిలిచినప్పుడు, డాక్టర్ అంబేద్కర్ మహారాజా గైక్వాడ్‌కు ప్రతిదీ చెప్పాడు. సమస్యను పరిష్కరించమని మహారాజు అతన్ని దివాన్ సాహబ్ వద్దకు పంపాడు, కాని దివాన్ సాహబ్ అతని సమస్యను పరిష్కరించడంలో తన నిస్సహాయతను వ్యక్తం చేశాడు. అప్పుడు, డాక్టర్ అంబేద్కర్ తన రాజీనామాను అందజేసి బొంబాయికి తిరిగి రావడం తప్ప మరో మార్గం లేదు. ఇంటికి చేరుకోగానే, అదే జీవనోపాధి సమస్య మరోసారి అతని ముందు నిలిచింది. బరోడాతో పోలిస్తే బొంబాయిలో అంటరానితనం సమస్య కొంచెం తక్కువగా వ్యాపించి ఉండవచ్చు.

ఇక్కడ అతని స్నేహితుడు కేలుస్కర్ కూడా ఉన్నాడు. అప్పటికి డాక్టర్ అయ్యాడు. ఇంతకుముందులానే ఈసారి కూడా భీంరావుకి సాయం చేయాలని అనుకున్నాడు. తనకి మంచి మిత్రుడని, మంచి మిత్రుడిలా సంతోషంగా, ఐశ్వర్యవంతంగా చూడాలని, అందుకోసం ప్రయత్నాలు చేస్తున్నాడు. ఆ సమయంలో బొంబాయిలోని శాండ్‌హర్స్ట్ కాలేజీలో ఎకనామిక్స్ లెక్చరర్ పోస్టు ఖాళీగా ఉంది. శాండ్‌హర్స్ట్ కాలేజ్ ఆఫ్ కామర్స్‌లో లెక్చరర్ పోస్టు ఖాళీగా ఉందని అతని స్నేహితుడు కెలుస్కర్ తన సహచరుల ద్వారా తెలుసుకున్నాడు. వెంటనే డాక్టర్ అంబేద్కర్ వద్దకు వెళ్లి దరఖాస్తు రాయమని అడిగాడు. డాక్టర్ అంబేద్కర్ తన మిత్రుడి ఈ అభ్యర్థనకు ఆశ్చర్యపోయాడు మరియు కొంత సేపు మౌనంగా ఉన్నాడు. కేలుస్కర్ తనకు నిజమైన స్నేహితుడని మరియు అతను ఎల్లప్పుడూ అతనికి సహాయం చేస్తున్నాడని అతనికి తెలుసు కాబట్టి అతను తన స్నేహితుడు చెప్పినట్లే చేసాడు.

కేలుస్కర్ ఈ సువర్ణావకాశాన్ని వదులుకోదలచుకోలేదు. వెంటనే డాక్టర్ అంబేద్కర్‌ని తీసుకుని కాలేజీ ప్రిన్సిపాల్ గదిలోకి వెళ్లాడు. ప్రిన్సిపాల్ చేతుల మీదుగా అప్లికేషన్ ఇచ్చి డాక్టర్ అంబేద్కర్‌ని పరిచయం చేశారు. అతని విద్యార్హతలు మరియు కేలుస్కర్ సిఫార్సు కారణంగా, డాక్టర్ అంబేద్కర్‌కు వెంటనే అపాయింట్‌మెంట్ లెటర్ ఇవ్వబడింది మరియు కళాశాలలో ఎకనామిక్స్ లెక్చరర్‌గా

నియమించబడింది. ఇది క్రిస్టియన్ కళాశాల కాబట్టి డాక్టర్ అంబేద్కర్ మహార్ కావడం ఇక్కడ ఆయన మార్గానికి అడ్డంకి కాదు. భీమ్రావు తన ఇంటిని మరోసారి నడిపించడానికి ఒక మార్గాన్ని కనుగొన్నాడు. కాలేజీలో బోధించడం మొదలుపెట్టాడు. ఇక్కడ డాక్టర్ అంబేద్కర్ విదేశాల్లో చదువుకున్నారు పనికి వచ్చింది. అనే ప్రాతిపదికన విద్యార్థులకు బోధించడం ప్రారంభించాడు

తులనాత్మక అధ్యయన పద్ధతి. విద్యార్థులు కూడా రెట్టింపు ప్రయోజనం పొందారు. కాలేజీలో విద్యార్థులకు ఇష్టమైన టీచర్గా మారారు. మెల్లమెల్లగా కాలేజీ మొత్తం ఫేమస్ అయ్యాడు. అయినప్పటికీ, అతను ఇక్కడ కూడా మహర్ అని కొంత చర్చ జరిగింది, కానీ అది క్రిస్టియన్ కాలేజీ కావడంతో, అతనికి ప్రత్యేక సమస్య ఏమీ లేదు. కానీ, మెల్లగా మళ్లీ అవే సమస్యలు అతన్ని చుట్టుముట్టాయి. ఇది ఇలా జరిగింది, ఒకరోజు గుజరాతీ భాషా ఉపన్యాసకుడు భీమ్రావు మట్టి కుండలోంచి నీళ్ళు తీసి తాగడం చూశాడు. దీంతో అతడిని మందలించాడు. తాను అంటరానివాడిని కాబట్టి తానే కాడలో నీళ్ళు తీసుకోకూడదని డాక్టర్ అంబేద్కర్తో చెప్పాడు. అతను ఎవరినైనా నీళ్ళు అడగవచ్చు. ఇప్పుడు, ఇతర ఉపాధ్యాయులు ఈ అపరిశుభ్రమైన నీటిని ఎలా తాగగలరు? డాక్టర్ అంబేద్కర్ ఈ అవమానాన్ని నిశ్శబ్దంగా భరించారు. అడుగడుగునా అవమానాలు భరించడం అతనికి కష్టతరంగా మారింది. అతను ఈ అంటరానితనం యొక్క వాతావరణంలో ఉక్కిరిబిక్కిరి అయ్యాడు, కాని డబ్బు సంపాదించడానికి వేరే మార్గం లేదు. కాబట్టి, అతను కూడా ఉద్యోగం వదిలి వెళ్ళలేకపోయాడు. 1917లో బరోడా రాజు సైనిక కార్యదర్శి పదవికి రాజీనామా చేశారు. బొంబాయిలో ఉద్యోగం దొరకడం అతని అదృష్టం. ఆ మధ్య కొంతకాలం నిరుద్యోగిగా ఉండిపోయాడు. ఈ సమయంలో, అతను "స్మాల్ హోల్డింగ్స్ ఇన్ ఇండియా అండ్ దేర్ రెమెడీస్" అనే పుస్తకాన్ని వ్రాసాడు. అలా రచయితల ప్రపంచంలోకి అడుగుపెట్టాడు. అతను 1917లో "భారతదేశంలో కులాలు" కూడా రాశాడు.

భారతదేశ ఆర్థిక ప్రగతికి వ్యవసాయం, పారిశ్రామికీకరణలో మెరుగుదలలు అవసరమని ఈ పుస్తకంలో పేర్కొన్నారు. ముందుగా పరిశ్రమల సంఖ్యను పెంచాలని, ఆ తర్వాత వ్యవసాయానికి అనువుగా ఉన్న భూమికి సరిహద్దులు గుర్తించాలని చెప్పారు. ఈ విధంగా, ఈ రెండు కార్యకలాపాలు ఒకదానికొకటి పూరకంగా ఉంటాయి మరియు మన దేశ ఆర్థిక స్వాతంత్ర్యానికి కొత్త కోణాలు తెరవబడతాయి. అప్పటి వరకు అంబేద్కర్ కేవలం అంబేద్కర్ మాత్రమే. "డాక్టర్" అనే పదం అతని పేరుకు జోడించబడలేదు మరియు అతను దళితుల నాయకుడు కూడా కాదు. బహుశా అందుకే అతని ఆలోచనలను ఎవరూ పట్టించుకోలేదు. ఆ సమయంలో భారతదేశంలో బ్రిటిష్ పాలన ఉండటం కూడా దీనికి మరొక కారణం కావచ్చు. 1950లో, భారతదేశం గణతంత్ర రాజ్యంగా అవతరించినప్పుడు, అంబేద్కర్ యొక్క ఈ ఆలోచనలు మరియు ఆలోచనలను ప్రభుత్వం ఉపయోగించుకుంది మరియు వాటిని అమలు చేయడానికి ప్రభుత్వం చర్యలు తీసుకుంది

7.దళితుల మేలుకొలుపు

1918లో, డా. అంబేద్కర్ ఫ్రాంఛైజీకి సంబంధించిన తన అభిప్రాయాలను సౌత్‌బరో కమిషన్ ముందు ఉంచారు. అదే సంవత్సరం, అతనికి శాండ్‌హర్స్ట్ కాలేజీలో ఎకనామిక్స్ మరియు పొలిటికల్ సైన్స్ ప్రొఫెసర్‌గా పదవి ఇవ్వబడింది. క్లిష్ట వాతావరణం ఉన్నప్పటికీ, శాండ్‌హర్స్ట్ కళాశాలలో డాక్టర్ అంబేద్కర్ బోధనా కార్యక్రమాలు సజావుగా సాగుతున్నాయి. కానీ, అంటరానితనం అనే సమస్య ఆయన వెంట రాక్షసంగా వచ్చింది. ఈ సమస్యను ఎదుర్కోవడానికి ఒక వారపత్రికను తీయాలని ప్లాన్ చేశాడు. అతను ఇప్పుడు ఆర్థిక కోణం నుండి కొంచెం స్వతంత్రంగా ఉన్నాడు. 1920లో బొంబాయి నుండి 'మూక్ నాయక్' అనే వారపత్రికను ప్రచురించాడు. అదే సమయంలో, కొల్హాపూర్‌లో, ఛత్రపతి సాహు మహారాజ్ తన రాష్ట్రంలోని అంటరాని జీవితాల అభివృద్ధి కోసం పనిలో నిమగ్నమై ఉన్నారు. దళితులకు విద్యను అందించి వారు సమాజంలో గౌరవప్రదంగా జీవించేలా చేయడం, వారిపై జరుగుతున్న అకృత్యాలను అరికట్టడం ఆయన ఉద్యమ ప్రధాన లక్ష్యం. ఛత్రపతి సాహు మహారాజ్ వారిని కుల వ్యవస్థ నుండి మరియు పాండాలు మరియు పూజారులు మరియు బ్రాహ్మణుల ప్రభావం నుండి విముక్తి చేయాలని కోరుకున్నాడు. కానీ "ధార్మికత ఇంటి వద్ద నుండి ప్రారంభమవుతుంది" అనే సామెత ఉంది. ఈ మాటకు అనుగుణంగానే ఆయన తన ప్రభుత్వంలో చాలా మంది అంటరాని వారికి, దళితులకు చోటు కల్పించారు. న్యాయవాదులుగా ప్రాక్టీస్ చేసే హక్కు వారికి ఉందని ధృవీకరిస్తూ లేఖలు ఇచ్చాడు, అంతే కాదు, ఛత్రపతి మహారాజ్ బహిరంగంగా వారితో కూర్చుని భోజనం చేసేవాడు. దీంతో పాటు దళిత విద్యార్థులకు ఉచిత విద్య, వసతి, భోజన ఏర్పాట్లు చేశారు.

ఒకే గమ్యం ఉన్న ఇద్దరు ప్రయాణికులు వేర్వేరు మార్గాల్లో ఎక్కువసేపు ఎలా నడవగలరు? కాబట్టి, 1919లో, భీమ్‌రావ్‌కి శ్రీ దటోబా పవార్ సాహు మహారాజ్‌కి పరిచయం చేసిన సాహు జీ అంబేద్కర్‌తో పరిచయం ఏర్పడింది. అంబేద్కర్‌ను కలుసుకున్నప్పుడు మరియు అతని ఉత్సాహాన్ని చూసి మహారాజ్ చాలా సంతోషించారు. 1920 జనవరి 31న అంబేద్కర్ తనతో కలిసి 'మూక్ నాయక్' అనే పత్రికను ప్రారంభించారు.'మూక్ నాయక్' పత్రికను సంపాదకత్వం వహించే బాధ్యతను అకోలాలోని కెలావాలి గ్రామ నివాసి శ్రీ పాండురంగ్ నంద్రం భాత్కర్‌కు అప్పగించారు. ఈ సమయంలో, వారు హిందూ సమాజంలో ప్రబలంగా ఉన్న దురాచారాలపై దాడి చేసి వాటిని పూర్తిగా నాశనం చేయలేకపోయారని డాక్టర్ అంబేద్కర్‌కు కూడా తెలుసు, ఎందుకంటే ఈ పని కోసం, వారి ఆయుధశాలలో శక్తివంతమైన ఆయుధాలు లేకపోవడం. వారు ఇప్పటికీ సమాజంలో స్థిరపడాలని ప్రయత్నిస్తున్నారు. 1920 మార్చి 21న కొల్హాపూర్ రాష్ట్రంలోని మాన్ గ్రామంలో దళితుల సమావేశం జరిగింది. దీనికి డాక్టర్ అంబేద్కర్ అధ్యక్షత వహించారు. సాహు మహారాజ్ కూడా ఈ సమావేశంలో పాల్గొన్నారు మరియు డాక్టర్ అంబేద్కర్‌ను కీర్తించకుండా ఉండలేకపోయారు. మే 1920లో, నాగ్‌పూర్‌లో "అఖిల్ భారతీయ

బహిష్కృత్ పరిషత్ (అఖిల భారత అణగారిన తరగతుల సంఘం) స్థాపించబడింది. ఈ కమిటీకి సాహు మహారాజ్ ఛైర్మన్‌గా ఉన్నారు. ఈ కమిటీ దళితుల ఉద్యమానికి కొత్త దిశానిర్దేశం చేసిందని చెప్పవచ్చు. డా. అంబేద్కర్ ముందు నుండి కొనసాగుతున్న అణగారిన తరగతుల మిషన్ నుండి అంటరానివారి దృష్టిని తనవైపు తిప్పుకోగలిగారు.

8.లండన్‌కు తిరిగి వెళ్ళు

ఆర్. అంబేద్కర్ లండన్‌లో తన పూర్తికాని డి లా స్టడీస్‌ని గుర్తు చేసుకుంటూ తరచూ కలత చెందుతుంటాడు. న్యాయవిద్యను పూర్తి చేసి, తదుపరి చదువులు చదవాలనే అతని కోరిక రోజురోజుకూ బలపడటం ప్రారంభించింది. కానీ ఆలోచించడం ద్వారా మాత్రమే ఏమి సాధించవచ్చు? అతనికి కనీసం రూ. లండన్ చేరుకోవడానికి 10,000. అతను రూ. అతని జీతం నుండి 5,000, కానీ అతనికి రూ. 5,000 ఎక్కువ ఎప్పటిలాగే, ఈసారి కూడా అతని స్నేహితుడు కేలుస్కర్ అతనికి సహాయం చేశాడు. డా.అంబేద్కర్ కు రూ.కోటి ఇవ్వాలని అన్నారు. 5,000 అతను తన భార్య రమాబాయికి ఇంటి ఖర్చుల కోసం మరియు రూ. అతని (కెలుస్కర్) నుండి 10,000 మరియు లండన్ వెళ్లండి. డాక్టర్ అంబేద్కర్ తన స్నేహితుడి ఈ సూచనను అంగీకరించారు. ఇంతలో, లండన్‌లో డాక్టర్ అంబేద్కర్ రూమ్‌మేట్ అయిన నావల్ భటేనా బొంబాయికి వచ్చారు. అతని సలహా మేరకు, డాక్టర్ అంబేద్కర్ బరోడా రాజుకు తన న్యాయవిద్యను పూర్తి చేయడానికి మళ్లీ లండన్ వెళ్లాలనుకుంటున్నట్లు వ్రాసాడు, మరియు అతను అతనికి ఏదో ఒక విధంగా డబ్బు సహాయం చేయగలిగితే, అప్పుడు అతను చాలా కృతజ్ఞతతో ఉంటాడు.బరోడా రాజు అతనికి రూ. 5,000 మరియు మునుపటిలా అతనికి నెలవారీ స్కాలర్‌షిప్ ఇవ్వడానికి అంగీకరించారు. డాక్టర్ అంబేద్కర్ తర్వాత రూ. బరోడా రాజు నుండి 5,000, నావల్ భటేనా కూడా అతనికి రూ. 5,000. భీంరావు లండన్ వెళ్లేందుకు సన్నాహాలు చేసుకున్నాడు. తన పాస్‌పోర్ట్ సిద్ధమైన వెంటనే, అతను ఓడలో కూర్చుని లండన్‌కు బయలుదేరాడు. అక్కడికి చేరుకోగానే, డాక్టర్ అంబేద్కర్ 'లండన్ స్కూల్ ఆఫ్ ఎకనామిక్స్ అండ్ పొలిటికల్ సైన్స్ మరియు గ్రేస్ ఇన్‌లో లా స్టడీస్ కోసం అడ్మిషన్ తీసుకున్నారు. ఇక్కడ, అతను సంపన్న కుటుంబానికి చెందిన ఆంగ్లేయుడితో మంచి స్నేహం చేశాడు. డా.అంబేద్కర్ గారికి అప్పుడప్పుడు ఆర్థిక సహాయం చేసేవారు. డాక్టర్ అంబేద్కర్ కూడా క్రమం తప్పకుండా స్కాలర్‌షిప్ పొందేవారు. మొత్తంగా, అతని ఆర్థిక పరిస్థితి చాలా బాగుంది. ఏదైనా పుస్తకం కావాలన్నా, మరేదైనా కావాలన్నా నిస్సంకోచంగా కొనేవాడు.జూన్ 1921లో, డాక్టర్ అంబేద్కర్ తన M.A కోసం తన పరిశోధనను లండన్ విశ్వవిద్యాలయానికి సమర్పించారు, అది తక్షణమే ఆమోదించబడింది మరియు అతనికి ఇవ్వబడింది. పట్టభద్రుల పోటు. కానీ, బరోడాలో, డాక్టర్ అంబేద్కర్‌కు ఇస్తున్న స్కాలర్‌షిప్‌కు వ్యతిరేకంగా ప్రజలు మాట్లాడటం ప్రారంభించారు. కొంత కాలంగా అకస్మాత్తుగా స్కాలర్‌షిప్ నిలిచిపోయింది. ఈ విషయాన్ని డాక్టర్ అంబేద్కర్ బరోడా రాజుకు లేఖ రాసి తెలియజేశారు. ఈ విషయం రాజుకు తెలియడంతో విచారణ జరిపించారు. స్కాలర్‌షిప్ ఆపేయాలని ఎవరో పన్నాగం పన్నారని తెలుసుకున్నాడు. రాజు స్కాలర్‌షిప్‌ను పునరుద్ధరించాడు, తద్వారా డాక్టర్ అంబేద్కర్ మరోసారి ఆర్థిక సమస్యల నుండి రక్షించబడ్డాడు. అతను తన న్యాయ పరీక్షలో ఉత్తీర్ణత సాధించాడు. అతను డి.లిట్ పట్టా పొందాడు. లో లండన్ నుండి వచ్చిన ఆర్థిక శాస్త్రం, కానీ, ఉన్నత

విద్యపై అతని దాహం ఇంకా తీరలేదు చల్లారింది. అతను కొన్ని చదువుల కోసం జర్మనీ వెళ్ళాడు. ఇక్కడ, అతను బాన్‌లో చదువుకున్నాడు1922 నుండి 1923 వరకు విశ్వవిద్యాలయం. ఇక్కడ కూడా, అతని సబ్జెక్ట్ ఎకనామిక్స్. ఇక్కడ, ఆయన థీసిస్‌లోని 'రూపాయి సమస్య' అనే అంశం చాలా చర్చనీయాంశమైంది. అందరూ చాలా మెచ్చుకున్నారు మరియు ఒక విదేశీ సంస్థ కూడా ప్రచురించింది. అక్టోబర్ 1922లో, ఇది డాక్టర్ ఆఫ్ పొలిటికల్ సైన్స్ డిగ్రీ కోసం లండన్ విశ్వవిద్యాలయంలో సమర్పించబడింది. 1923లో ఈ వ్యాసాన్ని పుస్తక రూపంలో పాఠకుల ముందుంచారు. తన ఈ థీసిస్ వ్యాసంలో, డాక్టర్ అంబేద్కర్ బ్రిటిష్ ప్రభుత్వం బ్రిటిష్ పౌండ్‌ను భారత రూపాయితో అనుసంధానం చేయడం ద్వారా తమకు భారీ లాభదాయక మార్గాన్ని అవలంబించిందని చెప్పారు. కానీ దీని ఫలితం ఏమిటంటే, భారతీయ డబ్బు బ్రిటిష్ పాలకుల మరియు సంపన్న ప్రజల సేఫ్‌లలోకి చాలా వేగంగా ప్రవహిస్తోంది. కాబట్టి, భారతీయ పౌరులు పేదరికంలో ఉన్నారు.డా. అంబేద్కర్ యొక్క ఈ వ్యాసాన్ని చదవగానే, ఆయన పట్ల బ్రిటిష్ ప్రభుత్వ దృక్పథం వేగంగా మారిపోయింది. మొన్నటి వరకు ఆయన వైపు కన్నెత్తి చూసే ప్రభుత్వం.. ఇప్పుడు ఆయనపై కోపంగా చూడడం ప్రారంభించింది. బ్రిటీష్ ప్రభుత్వం యొక్క ఈ వైఖరి కారణంగా, అతనికి డాక్టరేట్ ఇవ్వలేదు. డా. అంబేద్కర్ ఎలాగడాక్టరేట్పొందాలని నిర్ణయించుకున్నారు, అప్పుడు కొంత రాజీ తరువాత, డాక్టర్ అంబేద్కర్‌కు డాక్టరేట్ ప్రదానం చేయబడింది.

9.లా ప్రాక్టీస్ ప్రారంభమైంది

తన చదువు పూర్తయిన తర్వాత, డాక్టర్ అంబేద్కర్ లండన్ మరియు బాన్ నుండి తిరిగి వచ్చారు. అతని స్నేహితులు కేలుస్కర్ మరియు నావల్ భటేనా అతనికి సాదరంగా స్వాగతం పలికారు. ఇప్పుడు అతని లా ప్రాక్టీస్ ప్రారంభించడమే సమస్య. అతను చట్టాన్ని ఆమోదించాడు పరీక్ష, కానీ లా ప్రాక్టీస్ ప్రారంభించడానికి అతను నుండి లైసెన్స్ తీసుకోవాలి ప్రభుత్వం, మరియు అతను దీని కోసం కొన్ని రుసుములను డిపాజిట్ చేయాల్సి వచ్చింది. భీంరావు ఎప్పటిలాగే డబ్బు లేదు.ఈ సమస్య అతని స్నేహితులు నావల్ భటేనా మరియు కేలుస్కర్ చెవులకు చేరినప్పుడు, వారిద్దరూ డాక్టర్ అంబేద్కర్‌కు సహాయం చేయడానికి వెంటనే అంగీకరించారు మరియు ఇద్దరూ కలిసి లా ప్రాక్టీస్ ప్రారంభించడానికి అవసరమైన లైసెన్స్‌కు రుసుము జమ చేశారు. డాక్టర్ అంబేద్కర్ వెంటనే లైసెన్స్ పొందారు. అతను బొంబాయి హైకోర్టు న్యాయస్థానంలో తన స్వతంత్ర అభ్యాసాన్ని ప్రారంభించాడు. అతను లోతైన సంపదను కలిగి ఉన్నందున అతను మొదట కొంతమంది అనుభవజ్ఞుడైన న్యాయవాది క్రింద పని చేసే సంప్రదాయాన్ని ఉల్లంఘించాడు అతను తన అధ్యయనాల నుండి సంపాదించిన జ్ఞానం. అప్పుడు, అతను ఎందుకు చేస్తాడు అనుభవజ్ఞుడైన న్యాయవాది కింద పని చేయడానికి అండదండలు కావాలా? భీంరావు తన కేసులను వీలైనంత తక్కువ ఫీజులతో పోరాడాలని నిర్ణయించుకున్నాడు. ఏ కేసును తన చేతుల్లోకి తీసుకున్నా అందులో విజయం సాధిస్తానన్న అపారమైన జ్ఞానం వల్లే. వివిధ రకాల కేసులు మరియు వాటిపై అప్పీళ్లు మరియు కౌంటర్ అప్పీళ్లు, ఇది కోర్టుల నిత్యకృత్యం. దిగువ కోర్టులతో పోలిస్తే పై కోర్టుల్లో తక్కువ సంఖ్యలో కేసులు నమోదవుతున్నాయి. కొన్ని చట్టపరమైన లొసుగుల కారణంగా దిగువ కోర్టులు చర్చనీయమైన నిర్ణయాన్ని ఇస్తే, లేదా కేసుతో సంబంధం ఉన్న వ్యక్తులు ఆ నిర్ణయాన్ని సరైనదిగా పరిగణించకపోతే ఆ కేసులు మాత్రమే పై కోర్టులకు చేరుతాయి. అటువంటి సందర్భాలలో, పై కోర్టుల న్యాయవాదులు మరింత కష్టపడవలసి ఉంటుంది, ఎందుకంటే వారు కేసును బాగా అర్థం చేసుకోవాలి మరియు దిగువ కోర్టులో కేసును తప్పుగా నిరూపించడానికి దిగువ కోర్టు న్యాయవాది ఉపయోగించిన చట్టపరమైన పాయింట్‌ను కనుగొనడానికి ప్రయత్నించాలి. డాక్టర్ అంబేద్కర్‌కు ఈ రంగంలో నైపుణ్యం ఉంది.లా ప్రాక్టీస్ ప్రారంభించిన కొంత కాలానికి, డాక్టర్ అంబేద్కర్‌కి ఒక విచిత్రమైన కేసు వచ్చింది. ముగ్గురు అంటరాని రచయితలు ఒక పుస్తకాన్ని వ్రాసారు, భారతదేశంలోని అంటరానితనం సమస్యకు భారతదేశంలోని బ్రాహ్మణ తరగతి కారణమని మరియు బ్రాహ్మణులు భారతదేశాన్ని క్షీణత మరియు పతన మార్గంలోకి మార్చాలనుకుంటున్నారని వారు పుస్తకంలో వ్రాసారు. వారు అంటరానివారిని మనుషుల కంటే తక్కువ అని ప్రకటించారు మరియు వారిని బహిష్కరించారు. ఇదొక్కటే కాదు, అస్పృశ్యులు కూడా తెల్లవారుజామునే రోడ్లు శుభ్రం చేయడం మొదలైనవాటిని చేయాలని, తద్వారా ఇతర వ్యక్తుల ముందుకు రాకూడదని కూడా బ్రాహ్మణులు

చెప్పారని పుస్తకంలో రాశారు.ఈ వింత కేసు సెషన్స్ జడ్జి కోర్టులో నడుస్తోంది. ఈ రచయితలపై బ్రాహ్మణులు పరువు నష్టం కేసు పెట్టారు. ఈ విషయం అంబేద్కర్కు తెలియగానే కేసును ఆయన చేతుల్లోకి తీసుకున్నారు. రచయితలు అతనిని ఫీజు గురించి అడిగినప్పుడు, డాక్టర్ అంబేద్కర్ తనకు చెల్లించగలిగినదంతా తీసుకుంటానని చెప్పారు. ఈ మాట విని ముగ్గురూ అంటరాని రచయితలు చాలా సంతోషించి, వాళ్ళు అతనికి చేతనైనంత ఫీజు ఇచ్చారు.సెషన్స్ కోర్టులో కేసు ప్రారంభమైంది. తొలిరోజు ప్రక్రియలో ఇరువర్గాలు తమ తమ ఆధారాలను సమర్పించారు. తదుపరి విచారణలో ఇరుపక్షాల సాక్షులను క్రాస్ ఎగ్జామినేషన్ చేశారు. ఇరుపక్షాల న్యాయవాదులు తమ పక్షాల వాదనలు, ఆధారాలు సమర్పించారు. మూడో విచారణలో ముగ్గురు నిందితులను వివరణ ఇచ్చేందుకు పిలిచారు. అందులో తాము పుస్తకం రాసి ఎలాంటి నేరం చేయలేదన్నారు. నాలుగో విచారణలో ఇరుపక్షాల న్యాయవాదులు పరస్పరం వాదించుకున్నారు.బారిస్టర్ అంబేద్కర్ తన పక్షం నుండి వాస్తవాలు మరియు వాదనలను సమర్పించారు మరియు తన క్లయింట్లు ఏది వ్రాసినా వాస్తవాలపై ఆధారపడి ఉంటుందని చెప్పారు. కావాలంటే, అతని క్లయింట్లు కోర్టులో వాస్తవాలను నిరూపించవచ్చు. తన వాదనలను కొనసాగిస్తూ, డాక్టర్ అంబేద్కర్ పుస్తకంలో వ్రాసిన అన్ని వాస్తవాలను పునరుద్ఘాటించారు. అంతే కాదు, సంస్కృత సాహిత్యం అంతా అబద్ధాలు, మోసాల సంచి అని కూడా అన్నారు. అతను విగ్రహారాధన మరియు కథా-కీర్తనలు మొదలైనవాటిని మోసం మరియు అబద్ధం అని నిరూపించాడు మరియు తన ఖాతాదారులను నిర్దోషులుగా ప్రకటించాలని చెప్పాడు. రెండు రోజుల తర్వాత, న్యాయమూర్తి తన నిర్ణయంలో డాక్టర్ అంబేద్కర్ యొక్క కక్షిదారులను నిర్దోషులుగా ప్రకటించారు.

10.సమావేశం మహర్

ఈ విచిత్రమైన కేసులో విజయం సాధించిన తర్వాత, డాక్టర్ అంబేద్కర్ అంటరాని సమాజంలో చాలా గౌరవనీయ వ్యక్తి అయ్యాడు. బొంబాయిలోని అన్ని వీధులు మరియు మూలల్లో, కోర్టులో అతని అప్పీలు మరియు సమాధానాల గురించి చర్చించారు. అంటరానివారు డాక్టర్ అంబేద్కర్ పట్ల కృతజ్ఞతా భావాన్ని కలిగి ఉండటం ప్రారంభించారు. ఫలితంగా ఆయనకు సన్మాన కార్యక్రమం నిర్వహించారు. ఆయనను సన్మానించడమే ఈ ఫంక్షన్ యొక్క ముఖ్య ఉద్దేశ్యం, అంతే కాకుండా అంటరాని సమాజం కూడా అతని నుండి సలహాలు మరియు మార్గదర్శకత్వం కోరుకుంది. దళితులు మరియు అంటరానివారు తమ సమస్యలకు డాక్టర్ అంబేద్కర్ తప్పకుండా తగిన పరిష్కారాన్ని అందజేస్తారని మరియు వారి భవిష్యత్తు ప్రణాళికలలో కూడా వారికి మార్గనిర్దేశం చేస్తారని విశ్వసించడం ప్రారంభించారు. చాలా చోట్ల, డాక్టర్ అంబేద్కర్ అంటరానివారి మెస్సీయగా మరియు దేవుడిగా పరిగణించబడ్డారు. బొంబాయి సమీపంలోని కోకల్ జిల్లాలో ఈ కార్యక్రమం ఏర్పాటు చేయబడింది. డా.భీంరావు ఈ కార్యక్రమానికి అంబేద్కర్ అధ్యక్షత వహించారు. ఇది మొదటి పబ్లిక్ ఫంక్షన్ డా. భీమ్‌రావ్ అంబేద్కర్ జీవిత చరిత్రను ఆయన అధ్యక్షత వహించారు అందరినీ ఉద్దేశించి. ఈ ఫంక్షన్ మహర్ గా ప్రసిద్ధి చెందింది సమావేశం.ఈ సదస్సులో డా.అంబేద్కర్ మాట్లాడుతూ దళితులను అంటరానివారిగా పేర్కొంటూ వారిపై జరుగుతున్న దౌర్జన్యాలు ఆగేలా మహర్ సదస్సు నిర్వహిస్తున్నట్లు తెలిపారు. దళితులకు కూడా హక్కులు కల్పించాలన్నారు. అంతెందుకు, వారు కూడా మనుషులే. వారికి కూడా ఇతర మనుషుల్లాగే జీవించే హక్కు ఉంది. మహర్ కాన్ఫరెన్స్ నిర్ణీత రోజున, నిర్ణీత సమయంలో, నిర్ణీత స్థలంలో ఎంతో వైభవంగా జరిగింది. ఈ సదస్సులో డాక్టర్ అంబేద్కర్ తన ఆలోచనలను ముక్తకంఠంతో వెల్లడించారు. అస్పృశ్యులమైన మనకు దృఢ నిశ్చయం లేదు, అందుకే మనం మన ప్రయత్నాలలో విఫలమవుతున్నాము, దృఢ సంకల్పం ఉంటేనే మనం మన ప్రయత్నాలలో విజయం సాధించగలం, అంటరాని వారికి ఆయన కొన్ని ప్రత్యేక బోధనలు అందించారు. మనం ఐక్యంగా ఉండాలి అని. హారములోని పూసల వలె మనము ఒక దారంలో కట్టబడాలి. ఈ చిన్న చిన్న విషయాలు మనల్ని బలహీనపరుస్తాయి కాబట్టి మనం మన చిన్న చిన్న తగాదాలు మరియు గొడవలను మరచిపోయి కలిసి మన బలాన్ని కూడగట్టుకుని ఒక్కటిగా మారడానికి ప్రయత్నించాలి; మరియు బలహీనులు ఎల్లప్పుడూ అందరిచే అణచివేయబడతారు."ఇప్పుడు, అతను ఎక్కువ సమయం తన సామాజిక సంస్కరణ కార్యకలాపాలలో గడిపాడు. 20 జులై 1924న, డాక్టర్ అంబేద్కర్ 'బహిష్కృత హితకర్ణి సభ' (అణగారిన తరగతుల సంక్షేమ సంఘం)ని పునరుద్ధరించారు. ఆర్థిక సమస్యల కారణంగా 1920లో ప్రారంభించిన 'మూక్ నాయక్' పత్రిక ప్రచురణను నిలిపివేయవలసి వచ్చింది. డాక్టర్ అంబేద్కర్ ఈ సొసైటీని నమోదు చేసుకున్నారు. ఈ సంఘం యొక్క లక్ష్యాలు క్రింది

విధంగా ఉన్నాయి: (1) దళిత విద్యార్థుల కోసం హాస్టళ్లను స్థాపించడం మరియు దళిత సమాజంలో విద్యా వ్యాప్తిని ప్రోత్సహించడం. (2) దళితుల కోసం గ్రంథాలయాలు, సాంస్కృతిక కేంద్రాలు, విద్యా కేంద్రాలు ఏర్పాటు చేయడం. (3) పారిశ్రామిక మరియు వ్యవసాయ పాఠశాలల్లో దళితులకు విద్యను అందించడం మరియు ఈ రంగాలలో వారిని స్వయం సమృద్ధి చేయడం. (4) దళితుల సమస్యలకు ప్రాతినిధ్యం వహించడం మరియు వాటిని పరిష్కరించడం. సర్ సి.హెచ్. సీతల్వాడ్ ఈ సంఘానికి అధ్యక్షుడయ్యాడు. తాత్కాలిక ఉపాధ్యక్షులలో శ్రీ మియార్ నిస్సిమ్, రుస్తమ్ జీ జిన్వాలా, జి.కె. నారిమన్, డా.ఆర్.పి.పరాంజపే, డా.వి.పి. చావాడ్, మరియు V.G. ఖైర్ ముఖ్యులు. ఆ తర్వాత బొంబాయి రాష్ట్రానికి శ్రీ ఖైర్ ముఖ్యమంత్రి కావడం గమనార్హం. ఈ సంఘం యొక్క ప్రత్యేకత ఏమిటంటే, ఉపాధ్యక్షులలో, అంటరానివారు లేదా దళితులు లేదా అణగారిన ప్రజలు ఎవరూ లేరు. ఈ సంఘానికి స్వయంగా డాక్టర్ అంబేద్కర్ అధ్యక్షుడిగా ఉన్నారు. శ్రీ శివతార్కర్ మంత్రి మరియు N.T. జాదవ్ దాని కోశాధికారి. అన్నింటిలో మొదటిది, ఈ సమాజం షోలాపూర్‌లో దళిత హాస్టల్‌ను, ఆ తర్వాత బొంబాయిలో లైబ్రరీని, మహర్‌ను ఏర్పాటు చేసింది హాకీ క్లబ్. ఆ సమయంలో, బొంబాయిలో దళితుల సంక్షేమం కోసం అనేక ఇతర సంస్థలు మరియు ఇతర సామాజిక సేవా సంస్థలు ఉన్నప్పటికీ, వారి పని రంగం పరిమితంగా ఉంది మరియు వారి నాయకులు కూడా ప్రసిద్ధి చెందలేదు. డాక్టర్ అంబేద్కర్ వంటి వ్యక్తులు. ఛత్రపతి సాహు మహరాజ్, సాయాజీరావు గైక్వాడ్ వంటి డాక్టర్ అంబేద్కర్ మద్దతుదారులు మరియు సహచరులు మరియు ఇతర నాయకులు మరియు సామాజిక కార్యకర్తలు దళితుల సంక్షేమం కోసం చాలా ప్రశంసనీయమైన పని చేసారు. ఆ సమయంలో, డా.అంబేద్కర్ దళితులకు స్వయం సహాయం అనే నినాదాన్ని అందించారని.. స్వయం సహాయమే అందరికంటే పెద్దదని అన్నారు.ఆ విధంగా, స్వయం-సహాయం మరియు ఆత్మగౌరవ యుగం ప్రారంభమైంది. బహిష్కృత హితకర్ణి సభ' పనులు చక్కగా సాగుతున్నాయి. సమాజం స్థిరంగా మారింది. దాని కార్యక్రమం కింద షోలాపూర్ హాస్టల్ విద్యార్థులకు దుస్తులు, స్టడీ మెటీరియల్స్ తదితరాలను అందజేయగా, షోలాపూర్ మున్సిపల్ కార్పొరేషన్ రూ. ప్రతి విద్యార్థికి నెలకు 40 స్కాలర్‌షిప్‌గా. ఇది కాకుండా, సంఘం విద్యా విలాస్ అనే మాసపత్రికను కూడా ప్రచురించడం ప్రారంభించింది, అందులో దళిత విద్యార్థుల రచనలు ప్రచురించబడ్డాయి. 'బహిష్కృత్ హితకర్ణి సభ' బొంబాయిలో కూడా 'బహిష్కృత విద్యార్థి సమ్మేళనాన్ని స్థాపించింది. ఏప్రిల్ 1925లో, రతన్‌గిరి జిల్లాలోని మల్వాన్ గ్రామంలో, బొంబాయి రాష్ట్ర అస్పృశ్య పరిషత్ (అంటరానివారి కమిటీ) మొదటి సమావేశం జరిగింది. ఈ సమావేశానికి కూడా డాక్టర్ అంబేద్కర్‌ను అధిపతిగా నియమించారు. అంటరాని వర్గాల సంక్షేమం అస్పృశ్యుల ద్వారా జరగాలని డాక్టర్ అంబేద్కర్ అన్నారు. ఉన్నత వర్గాల ప్రజలు ఈ ఉద్యమాన్ని నిజాయితీగా నిర్వహించడం లేదు. వాళ్లు చేసే పని తక్కువ అయితే ఎక్కువ నటించేవారు.డాక్టర్ అంబేద్కర్ గోవాలోని అంటరానివారిని కూడా సంప్రదించారు. అంటరానివారి హక్కుల కోసం దక్షిణ భారతదేశానికి చెందిన రామస్వామి నాపయ్యకర్ చేస్తున్న కృషిని కొనియాడారు మరియు దానిని తన

పత్రికలో కూడా ప్రచురించారు.ఏప్రిల్ 1925లో డాక్టర్ అంబేద్కర్ జైజూరిలో జరిగిన బహిరంగ సభలో పాల్గొన్నారు. అక్కడ ఆయన మాట్లాడుతూ అస్పృశ్యులు తమ ఇళ్లు నిర్మించుకోవడానికి బంజరు భూమిని ఇవ్వాలని ప్రభుత్వాన్ని కోరాలన్నారు. జీవించాలంటే ఉత్సాహంగా, ఉత్సాహంగా ఉండాలని అన్నారు. భారతదేశంలోని ఇతర పౌరులకు ఏది లభిస్తుందో, దళితులకు కూడా అదే ఆహారం, బట్టలు మరియు వసతి కల్పించాలి. "ఇది మీ జన్మహక్కు", "ఇవన్నీ సాధించడానికి మేము ముందుకు రావాలి మరియు దృఢ సంకల్పంతో పోరాడాలి."కొన్ని కారణాల వల్ల అతని లా ప్రాక్టీస్ సరిగ్గా జరగలేదు. అతని ఆర్థిక పరిస్థితి మునుపటిలా బాగా లేదు. కాబట్టి, మరింత డబ్బు సంపాదించడానికి, అతను జూన్ 1925 నుండి మార్చి 1928 వరకు బట్లిబోయ్ అకౌంటెన్సీ ట్రైనింగ్ ఇన్స్టిట్యూట్‌లో పార్ట్ టైమ్ లెక్చరర్‌గా పనిచేశాడు. అతని భార్య మరొక కొడుకుకు జన్మనిచ్చింది, అతని పేరు రాజ్‌రతన్‌గా ఉంచబడింది. ఈ కొడుకు కంటే ముందు, ఆమె ఒక కుమార్తెకు కూడా జన్మనిచ్చింది, ఆమె చనిపోయింది

బాల్యం.1927లో, కోరేగావ్‌లోని యుద్ధ స్మారకం దగ్గర బహిరంగ సభ జరిగింది, అప్పట్లో ఈ స్మారకానికి చాలా ప్రాముఖ్యత ఉండేది. ఇది భారతదేశంలో బ్రిటిష్ పాలన మరియు ఇది బ్రిటిష్ వారి నమ్మకమైన సైనికుల స్మారక చిహ్నం. ఇక్కడ డాక్టర్ అంబేద్కర్ చాలా శక్తివంతమైన ప్రసంగం చేశారు. డా.అంబేద్కర్ తన ప్రసంగంలో, "బ్రాహ్మణులు అంటరాని వారితో కించపరిచేలా ప్రవర్తించవద్దని, వారిని గౌరవంగా చూడాలని, వారు కూడా సోదరులేనని, సమాజం, ప్రభుత్వం ఇవ్వాలి అని వారికి నా విన్నపం. ఆ ఉద్యోగాలు, అంటరాని విద్యార్థులకు ఆహారం మరియు స్కాలర్‌షిప్‌లు ఇవ్వాలి మరియు చనిపోయిన

జంతువులను ఎత్తడం వంటి కించపరిచే పనులు చేయమని వారిని అడగకూడదు, కాని వారు అంటరానివారి హక్కులకు ఏర్పాట్లు చేసి తన పత్రికలో కూడా ప్రచురించాలి.ఏప్రిల్ 1925లో డాక్టర్ అంబేద్కర్ జైజూరిలో జరిగిన బహిరంగ సభలో పాల్గొన్నారు. అక్కడ ఆయన మాట్లాడుతూ అస్పృశ్యులు తమ ఇళ్లు నిర్మించుకోవడానికి బంజరు భూమిని ఇవ్వాలని ప్రభుత్వాన్ని కోరాలన్నారు. జీవించాలంటే ఉత్సాహంగా, ఉత్సాహంగా ఉండాలని అన్నారు. భారతదేశంలోని ఇతర పౌరులకు ఏది లభిస్తుందో, దళితులకు కూడా అదే ఆహారం, బట్టలు మరియు వసతి కల్పించాలి. "ఇది మీ జన్మహక్కు", "ఇవన్నీ సాధించడానికి మేము ముందుకు రావాలి మరియు దృఢ సంకల్పంతో పోరాడాలి."

కొన్ని కారణాల వల్ల అతని లా ప్రాక్టీస్ సరిగ్గా జరగలేదు. అతని ఆర్థిక పరిస్థితి మునుపటిలా బాగా లేదు. కాబట్టి, ఎక్కువ డబ్బు సంపాదించడానికి, అతను పని చేసాడు జూన్ 1925 నుండి మార్చి 1928 వరకు బట్లిబోయ్ అకౌంటెన్సీ ట్రైనింగ్ ఇన్స్టిట్యూట్ పార్ట్ టైమ్ లెక్చరర్. అతని భార్య మరొక కొడుకుకు జన్మనిచ్చింది, అతని పేరు రాజ్‌రతన్‌గా ఉంచబడింది. ఈ కొడుకు కంటే ముందు, ఆమె ఒక కుమార్తెకు

కూడా జన్మనిచ్చింది, ఆమె చనిపోయింది కుల ప్రజలు అక్కడి నుండి నీటిని నింపడం నిషేధించబడింది. ఈ విషయం డాక్టర్ భీమ్‌రావు అంబేద్కర్‌కు తెలియగానే,ఈ అలిఖిత నియమాన్ని ఉల్లంఘించాలని నిర్ణయించుకున్నారు. మరుసటి రోజు జరిగిన మహాద్ సమావేశంలో నిర్ణయించారు వారు సరస్సు వద్ద 'సత్యాగ్రహం' చేస్తారు, మరియు మహర్షులు అక్కడి నుండి నీరు త్రాగుతారు. డాక్టర్ అంబేద్కర్ మహర్లతో కలిసి చావదార్ సరస్సు వద్దకు వెళ్ళినప్పుడు, శ్రీ ఎస్.కె. ఉద్యమానికి నాయకత్వం వహిస్తున్న అతనితో బోలె మొదలైనవారు. శ్రీ ఎస్.కె. "బహిరంగ స్థలాలు మొదలైన వాటి నుండి నీటిని నింపడానికి అంటరానివారిపై వివక్ష చూపకూడదు" అనే ప్రతిపాదనను ఉంచిన వ్యక్తి బోలే.ఆనాటి సామాజిక పరిస్థితుల్లో ఇదొక ప్రత్యేకత. అది మాత్రమె కాక శ్రీ బోలే ఈ ప్రతిపాదనను బొంబాయి శాసనసభ ముందు సమర్పించినప్పుడు అసెంబ్లీ, అక్కడ ఆమోదించబడింది. డాక్టర్ బోలే మాత్రమే కాదు, శ్రీ జి.ఆర్. సహస్త్రబుధే ఈ ప్రయత్నంలో డాక్టర్ అంబేద్కర్‌కు కూడా సహాయం చేసారు మరియు ఈ పోరాటంలో ఆయనతో భుజం భుజం కలిపి నిలిచారు. డాక్టర్ అంబేద్కర్ ఆధ్వర్యంలో చావదార్ సరస్సు వద్దకు ఊరేగింపు నిర్వహించారు. అక్కడ ముందుగా తనే చేతుల్లో నీళ్లు నింపుకుని తాగాడు. ఆ సమయంలో అంబేద్కర్ "హక్కులు ఇవ్వరు, మీ హక్కుల కోసం మరొకరు పోరాడరు, మీ హక్కులు కావాలంటే మీరు పోరాడాలి, స్వాతంత్ర్యం కోసం సైనికులు ఎలా పోరాడారో, అదే విధంగా మీరు పోరాడాలి. వ్యతిరేకంగా మీ హక్కుల కోసం సమాజం మరియు ప్రభుత్వం."డా.అంబేద్కర్ తో పాటు ఊరేగింపులో ఉన్న వారంతా చావదార్ సరస్సు నీటిని తాగారు. డాక్టర్ అంబేద్కర్ ప్రసంగం విని విప్లవకారులు వీరేశ్వరుని గుడికి వెళ్లారు. అక్కడికి చేరుకున్న మహర్షులు ఆలయంలోకి ప్రవేశించి మళ్లీ బయటకు వచ్చారు. పూజారులు మరియు 'పాండాలు' దీనిని సహించలేకపోయారు. మహర్ విప్లవకారులు తమ గుడారంలో భోజనం చేస్తున్న సమయంలో, పూజారుల ఆదేశాల మేరకు, సమీప గ్రామాలలోని ఉన్నత కులాల వారు కర్రలు, రాడ్లతో దాడి చేశారు. మరియు ఈటెలు మరియు మహర్లను అక్కడి నుండి తరిమికొట్టాయి. కానీ, మరుసటి రోజు, అంబేద్కర్ పూర్తి సన్నాహాలు చేసి, చావదార్ సరస్సును తన ఆధీనంలోకి తీసుకున్నారు. వద్ద జరిగిన ఘటనకు ప్రతీకారం తీర్చుకున్నాడు వీరేశ్వర దేవాలయం. ఈ సమావేశం డాక్టర్ భీమ్‌రావ్ అంబేద్కర్‌గా స్థిరపడింది మహారాష్ట్రలోని అంటరానివారి దూత. చావదర్ సరస్సుపై మహర్లను నియంత్రించిన తర్వాత, డాక్టర్ అంబేద్కర్ ప్రసంగిస్తూ, "మీరు నిజంగా ధైర్యవంతులు. మీ హక్కులను కాపాడుకోవడానికి మీరు పోరాడవచ్చు. లోతైన ఆలోచన తర్వాత శాసనోల్లంఘన ఉద్యమాన్ని మేము తాత్కాలికంగా నిలిపివేసాము. కానీ, ఈ మేము మా పోరాటాన్ని నిలిపివేశామని అర్థం కాదు. ఈ చావ్దార్ సరస్సుపై మా పూర్తి హక్కును అంగీకరించే వరకు, మా పోరాటం కొనసాగుతుంది."ఆ సమయంలో తనకు హిందూ మతంపై నమ్మకం లేదని ప్రకటించారు "దురదృష్టవశాత్తు, నేను హిందూ సమాజంలో పుట్టాను. ఇది నాలో లేదు శక్తి. కానీ, హిందువులో భాగంగా కొనసాగడానికి నిరాకరించడం నా అధికారం సమాజం. నేను హిందువుగా చనిపోనని ప్రజలకు హామీ ఇస్తున్నాను." పైన పేర్కొన్న రెండు విప్లవాత్మక ఉద్యమాలు 1926 మరియు

1927లో జరిగాయి. 1927లో, అతను భారతీయ కరెన్సీపై రాయల్ కమిషన్ ముందు సాక్ష్యం ఇచ్చాడు, ఇది చాలా ముఖ్యమైనదిగా పరిగణించబడుతుంది. దీనికి ముందు, అతని పుస్తకాలలో ఒకటి కూడా ప్రచురించబడింది, దీని ఆటుపోట్లు బ్రిటిష్ ఇండియాలో ప్రొవిన్షియల్ ఫైనాన్స్ యొక్క పరిణామం. దీంతో ఆయనకు ఎంతో పేరు కూడా వచ్చింది. ఈ పుస్తకం నిజానికి డాక్టర్ అంబేద్కర్ కొలంబియా యూనివర్శిటీ నుండి డిగ్రీని పొందిన దాని ఆధారంగా వ్రాసిన పరిశోధన. మొదట, దాని శీర్షిక, నేషనల్ డివిడెండ్ ఆఫ్ ఇండియా – ఎ హిస్టారిక్ అండ్ ఎనలిటికల్ స్టడీ. ఈ వ్యాసంలో, డాక్టర్ అంబేద్కర్ పబ్లిక్ ఫైనాన్స్ గురించి వివరణాత్మక వివరణ ఇచ్చారు. అతను భారతదేశంలో బ్రిటిష్ సామ్రాజ్యం యొక్క సామ్రాజ్యవాద ఏర్పాట్లలో భాగంగా 1833 చట్టం తర్వాత ఆర్థిక ఏర్పాట్ల చరిత్రపై వెలుగునిచ్చాడు. భారతదేశంలో బ్రిటిష్ పరిశ్రమలు మరియు పారిశ్రామికవేత్తలను దృష్టిలో ఉంచుకుని బ్రిటిష్ విధానం రూపొందించబడిందని, భారతీయ పౌరుల సంక్షేమాన్ని మరచిపోయారని లేదా కాళ్లక్రింద తొక్కించారని ఆయన రాశారు. బ్రిటిష్ ప్రభుత్వం అనేక అణచివేత చర్యలు తీసుకుంది. భారతీయుల భావప్రకటనా స్వేచ్ఛపై ఆంక్షలు విధించింది మరియు భారతీయ పౌరుల ఇతర హక్కులకు వ్యతిరేకంగా చట్టాలు చేసింది. 1926లో, అతను బాంబే ప్రెసిడెన్సీ లెజిస్లేటివ్ కౌన్సిల్ సభ్యునిగా ఎంపికయ్యాడు. డా. అంబేద్కర్ 2 ఏప్రిల్ 1927న 'బహిష్కృత్ భారత్' అనే మరాఠీ పక్షం పత్రికను ప్రచురించారు. ఈ పత్రికను ప్రారంభించడానికి కారణం చాలా మంది అని ఆయన అన్నారు. వివిధ రకాల రాజకీయ మరియు సామాజిక మార్పులు చోటుచేసుకున్నాయి దేశం, మరియు 1930 నాటికి అనేక పెద్ద రాజకీయ మెరుగుదలలు జరుగుతాయని అతను భావించాడు భారతదేశంలో జరుగుతాయి. అటువంటి పరిస్థితిలో, భారతదేశంలోని అంటరానివారు వారి సంఖ్యకు అనుగుణంగా హక్కులు పొందాలి. వారి రాజకీయ హక్కులను కాలరాయకుండా వారి రాజకీయ భద్రతకు మంచి ఏర్పాట్లు చేయాలి. అస్పృశ్య సమాజానికి అవగాహన ఉన్న మరియు అభ్యుదయ దృక్పథాలు ఉన్న వారి స్వంత పత్రిక ఉంటేనే ఇవన్నీ తెలుసుకోగలవు. అంటరాని వర్గాల ప్రజలు తమ సమస్యల గురించి తెలియనివారు; వారి సమస్యలపై వారికి అవగాహన కల్పించాల్సిన అవసరం ఏర్పడింది. రాజకీయ అభివృద్ధి గురించి ఈ సంఘం ఆలోచనలు మరియు ప్రతిచర్యలు ఏమిటి? వాటిని ప్రభుత్వం ముందు ఉంచాల్సిన అవసరం ఏర్పడింది. ఈ విషయాలను దృష్టిలో ఉంచుకుని డాక్టర్ అంబేద్కర్ పత్రికను ప్రారంభించారు 'బహిష్కృత్ భారత్', అయితే ఇది పేరు నుండి తీసివేయబడదు ఈ పత్రిక అంటరాని వారి కోసం మాత్రమే ప్రచురించబడింది సంఘం. దీనికి ముందు డాక్టర్ అంబేద్కర్ 'మూక్ నాయక్' కూడా ప్రచురించేవారు. అతను ఆ పత్రికలో ఎటువంటి అధికారిక హోదాను కలిగి లేడు, కానీ అతను వ్యాసాలు వ్రాసి పాఠకులకు చేరువ చేసే బాధ్యతను తీసుకున్నాడు. కానీ, బహిష్కృత్ భారత్'లో తానే సంపాదకుడు. చావదార్ సరస్సు వద్ద జరిగిన సంఘటనలలో, మేము శ్రీ బోలేని ప్రస్తావించాము. శ్రీ బోలె ప్రతిపాదనను ఆచరణలో పెట్టేందుకు నిర్మాణాత్మక చర్యలు తీసుకోవాలని డాక్టర్ అంబేద్కర్ తన పత్రిక 'బహిష్కృత్ భారత్' ద్వారా ప్రభుత్వంపై ఒత్తిడి తీసుకురావడం ప్రారంభించారు. బోలె

ప్రతిపాదనను వ్యతిరేకిస్తున్న వారిని శిక్షించాలని కూడా రాశాడు. డా.అంబేద్కర్ తన పోరాటం బ్రాహ్మణిజానికి వ్యతిరేకంగా కాదు అని అన్నారు బ్రాహ్మణులు. చాలా మంది బ్రాహ్మణులు తనకు మంచి స్నేహితులు అని అంగీకరించాడు. లోకమాన్య తిలక్ వంటి పండితుడు, సంఘ సేవకుడు మరియు స్వాతంత్ర్య సమరయోధుడి గురించి, అతను ఒక చోట ఇలా అన్నాడు, "తిలక్ అంటరాని కుటుంబంలో జన్మించినట్లయితే, అతను 'స్వాతంత్ర్యం నా జన్మహక్కు' అనే నినాదాన్ని లేవనెత్తలేదు, కానీ అతను 'అస్పృశ్యతను తొలగించడం నా జన్మహక్కు' అని చెప్పేవారు.

11.సైమన్ కమిషన్

మే 1928లో సైమన్ కమిషన్ భారతదేశానికి వచ్చింది. ఆ రోజుల్లో బ్రిటిష్ వారికి బొంబాయి ప్రవేశ ద్వారం. కాబట్టి, భారతదేశానికి రావాలంటే ముందుగా బొంబాయికి రావాల్సిన అవసరం ఏర్పడింది. అక్కడి నుంచి ఇండియాలో ఎక్కడికైనా వెళ్లొచ్చు. ఈ కమీషన్ అసలు పేరు 'ఇండియన్ స్టాట్యూటరీ కమీషన్'.కానీ సైమన్ కమీషన్ గా ప్రసిద్ధి చెందింది.డాక్టర్ అంబేద్కర్ కూడా సైమన్ కమీషన్ సమావేశాలకు హాజరయ్యేవారు.ఒకసారి కమిషన్ సభ్యులకు తన నేపథ్యం గురించి చెప్పాడు.సైమన్ అతని గురించి తెలుసు కాబట్టి మాట్లాడేందుకు అనుమతి ఇచ్చాడు.డాక్టర్ అంబేద్కర్ అంటరానివారి పక్షాన మెమోరాండం సమర్పించాలనుకుంటున్నట్లు చెప్పారు.మెమోరాండం సమర్పించే ముందు అందులో ఏం రాశారో చెప్పాలని సైమన్ చెప్పారు. డా. అంబేద్కర్ తన మెమోరాండంలోని ముఖ్యాంశాలను చెబుతూ, "భారతదేశంలోని మొత్తం జనాభాలో ఐదవ వంతు మంది అంటరానివారు మరియు దళితులు. తక్కువ పోస్టులు ఇచ్చి అడుగడుగునా దోపిడీకి, ఇబ్బందులకు గురిచేస్తున్నారు. ఈ దళితులపై బ్రాహ్మణులు, ఉన్నత కులాల వారు అఘాయిత్యాలకు పాల్పడుతున్నారు. వాళ్ళని మనుషులుగా భావించరు, జంతువులు. వారు బావుల నుండి నీటిని నింపలేరు, లేదా నీటి నుండి త్రాగలేరు కుళాయిలు, వారు సరస్సులు మరియు చెరువులకు వెళ్ళలేరు. వారిపై జరుగుతున్న దౌర్జన్యాలను తక్షణమే ఆపాలి." అంతే కాదు, అంటరానివారు, దళితులు మరియు గిరిజనులను హిందువుల నుండి వేరు చేసి మైనారిటీలుగా పరిగణించాలని డాక్టర్ అంబేద్కర్ అన్నారు. ప్రతి యువకుడికి ఓటు హక్కు ఉండాలి. అంటరాని వారికి ప్రత్యేక రిజర్వేషన్ కల్పించాలనే డిమాండ్ ఇక్కడి నుంచే ఉద్భవించింది. డాక్టర్ అంబేద్కర్ ప్రసంగం జాన్ సైమన్ పై మంచి ప్రభావం చూపింది. అంబేద్కర్ తాను హిందువునని, అంటరానివారు కూడా హిందువుల వర్గంలోకి వచ్చారని సైమన్ ముందు అంగీకరించవలసి వచ్చింది. వారికి ప్రత్యేక రిజర్వేషన్లు కల్పించాలని కోరారు. 1926 మేలో డాక్టర్ అంబేద్కర్ సైమన్ కమిషన్ ముందు హాజరయ్యారు. జూన్ 1928లో బొంబాయి ప్రభుత్వ న్యాయ కళాశాలలో ప్రొఫెసర్‌గా నియమితులయ్యార

.నాసిక్ శాసనోల్లంఘన ఉద్యమం

మునుపటి పేజీలలో, కోల్బాలోని వీరేశ్వర్ ఆలయంలోకి ప్రవేశించడం మరియు చావ్దార్ సరస్సు వద్ద నీరు త్రాగడం గురించి మనం చదివాము. అప్పుడు, సైమన్ కమిషన్ సభ్యుడు మరియు బొంబాయిలోని ప్రభుత్వ న్యాయ కళాశాలలో ప్రొఫెసర్‌గా పనిచేసిన డాక్టర్ అంబేద్కర్ నాసిక్‌లోని కాలా రామ్ ఆలయంలో 'సత్యాగ్రహం' చేయడం ద్వారా ప్రజల దృష్టిని ఆకర్షించడానికి ఒక అవకాశంగా భావించారు. ఆలయంలోకి ప్రవేశించేందుకు సత్యాగ్రహం చేయాలని నిర్ణయించుకున్నాడు. సర్వశ్రీ

బి.జి. ఖైర్ మరియు శ్రీ బి.ఆర్. కాళేశ్వరం డాక్టర్ అంబేద్కర్ ఆశయాలను తెలుసుకున్నారు, వారు కూడా ఈ శాసనోల్లంఘన ఉద్యమంలో పాల్గొనాలని నిర్ణయించుకున్నారు. ఈ విధంగా అగ్రకులాల హిందువులు కూడా డా.అంబేద్కర్‌కు అడుగడుగునా అండగా నిలిచేవారు. ఆ విధంగా, డా. అంబేద్కర్‌కు ఉన్నత కుల హిందువులు మరియు అంటరానివారు కూడా ఆయన ఒక్క మాటతో ప్రాణాలను వదులుకోవడానికి సిద్ధంగా ఉన్నారు. 1930 మార్చి 30న శాసనోల్లంఘన ఉద్యమం ప్రారంభమైంది. కానీ, విచారించదగ్గ విషయం ఏమిటంటే, ఇక్కడ డాక్టర్ అంబేద్కర్ మరియు అతని సహచరులు ఓటమిని ఎదుర్కోవలసి వచ్చింది. బ్రిటిష్ ప్రభుత్వ అధికారులు గాని, పోలీసులు గాని అతనికి మద్దతు ఇవ్వలేదు. నాసికీలు హిందువుల ప్రసిద్ధ పవిత్ర స్థలం.

శ్రీరామచంద్రుడు తన 14 సంవత్సరాల వనవాస కాలంలో ఎక్కువ కాలం గడిపిన ప్రసిద్ధ అడవి ఇక్కడే ఉంది. శూర్పణఖ ముక్కు కోయడం, సీతను రావణుడు అపహరించడం ఇక్కడే జరిగాయని నమ్ముతారు. ఇక్కడ ప్రసిద్ధ 'కాలా రామ్' ఆలయం ఉంది. రాముడి విగ్రహం నల్లటి రాతితో తయారు చేయబడినందున, ఈ ఆలయానికి కాలరామ దేవాలయం అని పేరు వచ్చింది. రామనవమి సందర్భంగా ఇక్కడ 14 రోజుల పాటు జాతర జరిగింది. ఈ సందర్భంగా 'రథయాత్ర' చేపట్టారు. గోదావరి నదిలో స్నానం చేసిన తరువాత, హిందువులు రామచంద్ర భగవానుడి బండిని (రథం) లాగారు. అంటరానివారు దీన్ని అనుమతించలేదు. 1929 నుండి, అంటరానివారు కనీసం రామచంద్రుని బండిని తాకడానికి మరియు నదిలో స్నానం చేయడానికి మరియు ప్రార్థనలు చేయడానికి ఆలయంలోకి ప్రవేశించడానికి అనుమతించాలని ప్రయత్నాలు చేస్తున్నారు. వారి ప్రయత్నాలు సఫలం కాకపోవడంతో అక్కడి అంటరాని నాయకులు డాక్టర్ అంబేద్కర్‌ను అక్కడికి పిలిచారు. డాక్టర్ అంబేద్కర్ అక్కడికి చేరుకుని మొత్తం వాతావరణాన్ని పరిశీలించారు. శాసనోల్లంఘన ఉద్యమాన్ని ప్రారంభించే ముందు, 2 మార్చి 1930న, ఆయన నాయకత్వంలో ఒక సమావేశం నిర్వహించబడింది మరియు శాసనోల్లంఘన ఉద్యమాన్ని ప్రారంభిస్తున్నట్లు ప్రకటించారు. 3 గంటలకు, విప్లవకారుల ఈ ఊరేగింపు ప్రారంభమైంది. డోలు కొట్టేవారు ముందు నడుస్తున్నారు. ఊరేగింపును చూసిన ఆలయ నిర్వాహకులు ఆలయ తలుపులు మూసివేశారు. మూసిన తలుపులు చూసి ఊరేగింపు గోదావరి నది వైపు మళ్లింది. అక్కడ మళ్లీ సమావేశం జరిగింది. సెక్షన్ 144 విధిస్తున్నట్లు ప్రభుత్వం ప్రకటించింది, అయినప్పటికీ శాసనోల్లంఘన ఉద్యమం కొనసాగింది మరియు విప్లవకారులు అక్కడ కూర్చున్నారు. రామనవమి సందర్భంగా అక్కడికి వచ్చిన జనంతో మమేకమై, చాలా మంది అంటరానివారు కూడా ఆలయంలోకి చేరుకున్నారు. కానీ, వారిని గుర్తించి కొట్టారు. అంటరాని భక్తులను కొట్టడంలో పోలీసుల ప్రమేయం కూడా ఉందని డాక్టర్ అంబేద్కర్ మద్దతుదారులు తెలిపారు. రథయాత్ర ప్రారంభమైన తర్వాత డాక్టర్ అంబేద్కట్ తన మద్దతుదారులను తన వెంట తీసుకెళ్లారు మరియు అక్కడికి వెళ్ళాడు. దాదా సాహబ్ గైకేవాడ్ అంబేద్కర్‌కు తన జీవితమని చెప్పారు అక్కడ ప్రమాదంలో ఉంది, కాబట్టి

అతను అక్కడ నుండి వెళ్ళిపోవాలి. కానీ అంబేద్కర్ అలా చేయలేదు దీనికి అంగీకరిస్తున్నారు. అకస్మాత్తుగా కొందరు యువకులు అతనిపై దాడి చేయడంతో కొందరు యువకులు 'రథం' తీసుకుని పారిపోయి సమీపంలోని ఇరుకైన వీధిలో 'రథాన్ని' నిలిపారు. సాయుధ పోలీసులు రథానికి కాపలాగా ఉన్నారు. డాక్టర్ అంబేద్కర్ తన మద్దతుదారులలో కొంతమందిని తీసుకొని అక్కడికి చేరుకున్నప్పుడు, అతను తన పనిలో విజయం సాధించలేకపోయాడు. వారిని 'రథం' లాగడానికి లేదా కాలా రామ్ ఆలయంలోకి ప్రవేశించడానికి అనుమతించలేదు. విషయం ప్రాధాన్యత సంతరించుకుంది. ఒక సంవత్సరం పాటు గుడి తలుపులు మూసి ఉంచారు. 'రథయాత్ర' రోజు వచ్చినప్పుడల్లా, అంటరానివారు తమ డిమాండ్లతో అక్కడికి చేరుకుంటారు. చివరికి జిల్లా కలెక్టర్ 'రథయాత్ర' సంప్రదాయానికి స్వస్తి పలికారు. ఇప్పుడు 'రథం' లేకుండా విగ్రహాన్ని స్నానానికి తీసుకెళ్లారు. కానీ, 1931లో ఇది కూడా నిషేధించబడింది.నెమ్మదిగా ఉద్యమం ఊపందుకుంది మరియు అక్టోబరు 1935లో అంటరాని వారికి కూడా కాలా రామ్ గుడి తలుపులు తెరవబడ్డాయి.

12.రౌండ్ టేబుల్ కాన్ఫరెన్స్ (మొదటి)

నవంబర్‌లో సంవత్సరం, మార్చి 1930లో ఒక ఆలయం జరిగింది. అదే సంవత్సరం నవంబర్‌లో లండన్‌లో రౌండ్ టేబుల్ కాన్ఫరెన్స్ నిర్వహించబడింది. ఇందులో భారతదేశంలోని అన్ని వర్గాలు మరియు మతాలకు ప్రాతినిధ్యం వహిస్తున్న నాయకులను ఆహ్వానించారు. మొదట, మహాత్మా గాంధీ కాంగ్రెస్ పార్టీ ప్రతినిధిగా ఇందులో పాల్గొనడానికి నిరాకరించారు, కానీ తరువాత అతను కూడా పాల్గొనడానికి అంగీకరించారు. ముస్లిం లీగ్ నుండి, మహమ్మద్ అలీ జిన్నా మరియు ఇతర ముస్లిం నాయకులను దీనికి ఆహ్వానించారు. ఇతర హిందూ నాయకులు సర్ తేజ్ బహదూర్ సప్రూ మరియు చమన్ లాల్ పాల్గొన్నారు.

1930 నవంబర్ 12న, బ్రిటిష్ ప్రధాన మంత్రి రామ్‌సే మెక్‌డొనాల్డ్ నాయకత్వంలో, మొదటి రౌండ్ టేబుల్ సమావేశం జరిగింది. సమావేశంలో మొత్తం 89 మంది ప్రతినిధులు ఉన్నారు, 53 మంది బ్రిటిష్ ఇండియా నుండి, 20 మంది భారతదేశంలోని రాచరిక రాష్ట్రాల నుండి మరియు 16 మంది బ్రిటిష్ పార్టీలకు చెందినవారు. ఈ సదస్సులో డా. అంబేద్కర్ తన అభిప్రాయాన్ని తెలియజేస్తూ, "నేను ప్రాతినిధ్యం వహిస్తున్న ప్రజలు, వారి జనాభా మొత్తం భారతదేశ జనాభాలో ఐదవ వంతు, అంటే. ఇది ఇంగ్లాండ్ లేదా ఫ్రాన్స్ జనాభాతో సమానం. కానీ, నేడు వారు బానిసత్వం మరియు పేదరికం స్థితికి దిగజారింది.బ్రిటీష్ పాలనకు ముందు ఉన్న భారతీయ సామాజిక పరిస్థితులతో మన ప్రస్తుత పరిస్థితిని పోల్చినప్పుడు, మనం పురోగతి సాధించే స్థానంలో, మేము కేవలం కాలాన్ని లెక్కిస్తున్నాము. షరతు.. బ్రిటీష్ ప్రభుత్వం మన పరిస్థితిని మెరుగుపరిచేందుకు ఏమైనా చేసిందా?బ్రిటీష్ పాలనకు ముందు గ్రామంలోని బావిలో నీళ్లు నింపుకోలేకపోయాం.. బ్రిటీష్ ప్రభుత్వం మనకు ఈ హక్కు కల్పించిందా?బ్రిటీష్ పాలనకు ముందు మనం దేవాలయాల్లోకి వెళ్లలేం. మనం ఇప్పుడు దేవాలయాలలోకి ప్రవేశించవచ్చా?పోలీసులో ప్రవేశం నిరాకరించబడింది, బ్రిటిష్ ప్రభుత్వం మమ్మల్ని ఇప్పుడు పోలీసు బలగాల్లోకి తీసుకుంటుందా?బ్రిటీష్ పాలనకు ముందు మమ్మల్ని సైన్యంలో చేర్చుకోలేదు. ఇప్పుడు సైన్యం?"ఈ ప్రశ్నలకు సానుకూల సమాధానాలు ఉండవు. బ్రిటీష్ పాలన విధించి 150 ఏళ్లు గడిచినా మన సమస్యలు తొలివిడతగానే మిగిలిపోయాయి. అవి ఇప్పటి వరకు పరిష్కారం కాలేదు. దేనికి ససంబంధించినద అలాంటి ప్రభుత్వం మనకు ఉపయోగపడుతుందా? మన సమస్యలను మనం తప్ప మరెవరూ తొలగించలేరు, రాజకీయ అధికార రాజ్యాలు మన చేతుల్లోకి వచ్చే వరకు వాటిని తొలగించలేము. ప్రభుత్వం చేసిన అద్భుతాన్ని చూడాలని దళితులు ఎన్నో ఏళ్లుగా ఎదురుచూస్తున్నారు. ఇప్పుడు అది మనకు సాధ్యం కాదు ఇంకా వేచి ఉండండి. భారతదేశంలోని మైనారిటీ దళితులు స్వతంత్ర భారత రాజ్యాంగానికి తమ మద్దతు ఇవ్వరని నిశ్చయించుకున్నారు. డాక్టర్ అంబేద్కర్ ఆ సమయంలో అంటరానివారి నాయకుడిగా వస్తున్నారు. సైమన్ కమీషన్ ముందు

తన లక్షణాలను నిరూపించుకున్నాడు. అందుకే ఆయనను ఈ సదస్సుకు అంటరానివారి ప్రతినిధిగా ఆహ్వానించారు. సిక్కుల ప్రతినిధిగా సర్దార్ ఉజ్వల్ సింగ్ సదస్సుకు హాజరయ్యారు. ఒక క్రైస్తవ ప్రతినిధి మరియు సంస్థానాల రాజులు కూడా సదస్సులో పాల్గొన్నారు. కాశ్మీర్, పాటియాలా, బరోడా, అల్వార్, బికనీర్ మొదలైన రాజులు అక్కడ ఉన్నారు. ఆ రోజుల్లో, జార్జ్ V ఇంగ్లాండ్ మరియు భారతదేశానికి చక్రవర్తి. ఒక వేడుకలో, ఆహ్వానితులను చక్రవర్తికి పరిచయం చేశారు. భారతదేశంలోని అంటరాని సమాజానికి ప్రతినిధిగా డాక్టర్ అంబేద్కర్‌ను పరిచయం చేశారు. చక్రవర్తి అందరికీ అక్కడ ఏదో చెప్పడానికి అవకాశం ఇచ్చి, ఓపికగా విన్నాడు. ఈ కార్యక్రమంలో డాక్టర్ అంబేద్కర్ చక్రవర్తిని ఉద్దేశించి ప్రసంగించారు రౌండ్ టేబుల్ కాన్ఫరెన్స్‌లో ఆలోచనలు వ్యక్తీకరించబడ్డాయి మరియు ఇలా అన్నారు, "సార్, మీ పాలనలో భారతదేశంలోని అంటరానివారు ఎటువంటి పురోగతి సాధించలేకపోయారని చెప్పడానికి నేను విచారంగా ఉన్నాను. దీని గురించి ఫిర్యాదు చేయడానికి నేను ఈ సమావేశానికి వచ్చాను. నేను అడగాలనుకుంటున్నాను. భారతదేశం నుండి అంటరానితనం సమస్య ఎప్పుడైనా నిర్మూలించబడుతుందా?, భారతదేశంలోని అంటరానివారు సరస్సుల నుండి నీటిని నింపడానికి అనుమతించబడరు, వారు బావుల వద్దకు వెళ్ళలేరు, వారు కుళాయిని ముట్టుకుంటే, అది అపవిత్రమవుతుంది, వారు దేవాలయానికి వెళితే, అది అపవిత్రులుగా పరిగణిస్తారు. వారిని పోలీసులు లేదా సైన్యంలో చేర్చుకోరు. వీటన్నింటితో పాటు, వారు ఇతర మార్గాల్లో కూడా ఇబ్బంది పడుతున్నారు." డాక్టర్ అంబేద్కర్ చేసిన ఈ ప్రసంగం ఆశించిన ప్రభావాన్ని చూపింది. దీనితో పాటు, అతను జార్జ్ V. డాక్టర్ అంబేద్కర్‌తో పరిచయం పొందాడు, సంతోషంగా భారతదేశానికి తిరిగి వచ్చాడు మరియు తన పనిని మళ్లీ ప్రారంభించాడు. నవంబర్‌లో లండన్ నుండి తిరిగి వచ్చిన తర్వాత, డిసెంబర్ 1930లో సర్వశ్రీ దేవ్‌రావ్ నాయక్ మరియు బి.ఆర్. కద్రేర్కర్, డాక్టర్ అంబేద్కర్ బొంబాయి నుండి జనతా' వారపత్రిక ప్రచురణను ప్రారంభించారు. జనతా ప్రచురణకు ముందు 'సమానత్వం' అనే మరో పేపర్‌ను ప్రచురించారని ఈ సందర్భంలో చెప్పాల్సిన అవసరం ఉందని మేము భావిస్తున్నాము. ఇది ఇంగ్లీషు పేపర్. 'మూక్ నాయక్' అంటే ఆ లక్షలాది ప్రజల నాయకుడు, నోటిలో నాలుక ఉన్నప్పటికీ, జ్ఞానం మరియు విద్య లేకపోవడం వల్ల మూగవారు. 'బహిష్కృత్ భారత్' అంటే భారతదేశంలోని చాలా పెద్ద భాగం, ఇది భారతదేశంలోని మిగిలిన ప్రాంతాలచే బహిష్కరించబడింది. సమాజం దానిని తన నుండి దూరం చేసి బహిష్కరించింది. దీని అర్థం, ఈ వ్యక్తులు భారతదేశానికి చెందినవారు, కానీ ఇప్పటికీ భారతదేశంలోని ఇతర పౌరుల వలె వారికి సౌకర్యాలు మరియు హక్కులు ఉన్నాయి. ఈ ప్రజలకే డాక్టర్ అంబేద్కర్ 'బహిష్కృత భారత్' అని పేరు పెట్టారు. 'సమానత్వం' అంటే సమానంగా ఉండటం. అనే సందేశాన్ని పంచే కాగితం ఈ ప్రపంచంలోని మానవులందరి మధ్య సమానత్వం. వ్యాపించే కాగితం మానవత్వం మరియు నైతికత, ఎవరూ చిన్నవారు కాదు మరియు కాదు అనే సందేశాన్ని వ్యాప్తి చేస్తుంది ఒకరు పెద్దవారు మరియు ఎవరూ తక్కువ కాదు, మనుషులందరూ సమానమే జనతా' అంటే పౌరులు. అంటే భారతదేశంలో నివసిస్తున్న కోట్లాది మంది మానవులు.

శతాబ్దాలుగా, తరతరాలుగా ఇక్కడ నివసిస్తున్న ఆ మానవులు; దాని గతంతో సంబంధం ఉన్నవారు; వీరిని కొందరు 'ఆదివాసీలు' అని పిలుస్తారు మరియు కొందరు స్థానిక నివాసులను మరియు నాలుగు-తరగతి వ్యవస్థ ప్రకారం, నాల్గవ తరగతి లేదా అంటరానివారు అని పిలుస్తారు. వారిని పౌరుల్లో చేర్చడానికి, వారిని కూడా పౌరులుగా పరిగణించడానికి, డాక్టర్ అంబేద్కర్ జనతా ప్రచురణను ప్రారంభించారు".

మధ్య మహాత్మా గాంధీ మరియు అంబేద్కర్ సంభాషణ

1930లో మొదటి రౌండ్ టేబుల్ సమావేశం జరిగింది. 1931లో రెండవ రౌండ్ టేబుల్ సమావేశం నిర్వహించబడింది. డాక్టర్ అంబేద్కర్ మొదటి రౌండ్ టేబుల్ సమావేశంలో పాల్గొన్నారు. రెండో సమావేశానికి కూడా తనను ఆహ్వానిస్తారని ఆయన ఖచ్చితంగా చెప్పారు. ఈ సదస్సులో గాంధీజీ కూడా పాల్గొనబోతున్నారు. సదస్సులో పాల్గొనే ముందు డాక్టర్ అంబేద్కర్ ను కలుసుకుని మాట్లాడాలని అనుకున్నారు. ప్రపంచంలో దళితులకు తనకంటే గొప్ప నాయకుడు లేడని గాంధీజీ విశ్వసించారు. ఆ రోజుల్లో గాంధీజీ బొంబాయిలోని మణి భవన్‌లో ఉండేవారు. డాక్టర్ అంబేద్కర్ అక్కడికి చేరుకోగానే గాంధీజీ ఎంతో ఉదారతతో ఆయనతో ఇలా అన్నారఅంటరానివారి సంక్షేమం కోసం కాంగ్రెస్ 24 లక్షల రూపాయలు ఖర్చు చేసింది, మరి డాక్టర్ అంబేద్కర్ కాంగ్రెస్‌పై ఎందుకు కోపంగా ఉన్నారు? డాక్టర్ అంబేద్కర్ 'అంటరానివారు' అని పిలిచే వారిని గాంధీజీ స్వయంగా 'హరిజనులు' అని కూడా అన్నారు.గాంధీజీ చెబుతున్న 24 లక్షల రూపాయలను అంటరానివారు లేదా 'హరిజనులు' అని ఆయన పిలిచినట్లుగా పంచి ఉంటే, అప్పుడు వారు ఆయనకు మరింత కృతజ్ఞతతో ఉండేవారని డాక్టర్ అంబేద్కర్ తన సమాధానంలో చెప్పారు. హరిజన సంక్షేమానికి ఖర్చు చేశామని చెబుతూనే ఇతర కార్యక్రమాలకు ఖర్చు చేశారన్నారు. అంతే కాదు డాక్టర్ అంబేద్కర్ కూడా కాంగ్రెసోళ్లు ఖాదీ ధరించడం ఎంత అవసరమో, అంటరాని వారిని అంటరానివారిగా పరిగణించకూడదని గాంధీజీ ఏదైనా ఆజ్ఞ జారీ చేశారా? నాసిక్‌లోని కాలరామ మందిరంలోకి ప్రవేశించాలని డాక్టర్ అంబేద్కర్ శాసనోల్లంఘన ఉద్యమం చేసినప్పుడు, నాసిక్ కాంగ్రెస్ అధ్యక్షుడు తనను వ్యతిరేకించారని గాంధీజీకి తెలుసా? గాంధీజీకి తనపైనా, కాంగ్రెస్ పార్టీపైనా విశ్వాసం లేదని అంబేద్కర్ స్పష్టంగా చెప్పారు. గాంధీజీ ఈ అంశంపై మరింత మాట్లాడేందుకు ప్రయత్నించినప్పుడు, అంబేద్కర్ రౌండ్ టేబుల్ సమావేశంలో, ముస్లింలకు ప్రత్యేక ప్రాతినిధ్యాన్ని కాంగ్రెస్ అంగీకరించిందని, అయితే వారు అంటరానివారికి ప్రత్యేక ప్రాతినిధ్యానికి ఎందుకు అంగీకరించలేదని అన్నారు. అంటరాని సమాజానికి ప్రత్యేక రాజకీయ హక్కులు ఇవ్వడాన్ని తాను వ్యతిరేకిస్తున్నానని గాంధీజీ తన సమాధానంలో స్పష్టంగా చెప్పారు, ఎందుకంటే అది ఒక విధంగా హిందువులకు ఆత్మహత్యే.గాంధీజీ మరియు డాక్టర్ అంబేద్కర్ మధ్య ఈ సమావేశం 1931 ప్రారంభంలో జరిగింది. అదే నెలలో, అంటే ఆగస్టు 24న గాంధీజీ పండిట్ మదన్

మోహన్ మాలవ్య మరియు సరోజినీ నాయుడులను తీసుకొని రెండవ రౌండ్ టేబుల్ సమావేశంలో పాల్గొనడానికి లండన్ వెళ్లారు. ఆ సదస్సులో గాంధీజీ మాట్లాడుతూ కాంగ్రెస్ పార్టీ మొదటి నుంచి అంటరాని వర్గాల సంక్షేమం కోసం కృషి చేస్తుందన్నారు. అక్కడ కూడా అంటరానివారి కోసం కాంగ్రెస్ 24 లక్షల రూపాయలు ఖర్చు చేసిందని పదే పదే చెప్పారు. అంటరానితనం నిర్మూలనను కాంగ్రెస్ తన పరిధిలోకి తెచ్చిందని అన్నారు రాజకీయ ఎజెండా. డాక్టర్ అంబేద్కర్ తన స్వభావానికి అనుగుణంగా మాట్లాడటం వంతు వచ్చినప్పుడు, అతను మొదటి సదస్సులో చెప్పిన విషయాలనే పునరావృతం చేశాడు. ఈ సమావేశంలో ఆయన తన డిమాండ్లను తెలియజేస్తూ ఓ లేఖను అందించారు. మొదటి ముందస్తు షరతు

ప్రాంతీయ శాసనసభలు మరియు కేంద్ర కమిటీలలో అంటరాని వారికి వారి సంఖ్యను బట్టి ప్రాతినిధ్యం కల్పించాలని ఆ లేఖలో ఉంది. తన రెండవ ముందస్తు షరతులో, అతను అంటరానివారికి ప్రత్యేక ఓటర్లను కోరాడు. తన మూడవ ముందస్తు షరతులో, అంటరాని వారికి 20 సంవత్సరాల పాటు రిజర్వేషన్లు కల్పించాలని కోరారు. గాంధీజీ అంబేద్కర్ డిమాండ్లను తీవ్రంగా వ్యతిరేకించినా, చక్రవర్తి దీనిని పట్టించుకోలేదు. అతను డాక్టర్ అంబేద్కర్ యొక్క అన్ని డిమాండ్లను అంగీకరించాడు మరియు "డా. అంబేద్కర్ యొక్క అన్ని డిమాండ్లను ఇందుమూలంగా ఆమోదించాము, మరియు భారతదేశంలోని అంటరానివారికి ప్రత్యేక నియోజకవర్గాలు మరియు రిజర్వేషన్లు కూడా ఇవ్వబడతాయి.

పూనా ఒప్పందం

20 ఆగస్టు 1932న, బ్రిటీష్ ప్రధాని అంటరాని వారికి ప్రత్యేక ఎన్నికలను ప్రకటించి, ఎన్నికల్లో పోటీ చేసే హక్కును కల్పించారు. డాక్టర్ అంబేద్కర్ కోరికలు నెరవేరాయి. రెండవ రౌండ్ టేబుల్ కాన్ఫరెన్స్ తర్వాత మహాత్మా గాంధీ భారతదేశానికి చేరుకున్నప్పుడు, బ్రిటిష్ ప్రభుత్వం వెంటనే ఆయనను జైలులో పెట్టింది మరియు ఎరవాడ జైలుకు పంపింది. ఎరవాడ జైలులో, అతను బ్రిటీష్ ప్రధాన మంత్రి ప్రకటనను చదివి, జైలు నుండి వైస్రాయ్‌కి వార్తలపై తన స్పందన గురించి వ్రాసాడు. బ్రిటీష్ ప్రధానికి లేఖ రాసి, అంటరాని వారికి కల్పించిన హక్కులను బ్రిటీష్ ప్రధాని వెనక్కి తీసుకోకుంటే, ఆ హక్కులు వెనక్కి తీసుకునే వరకు నిరాహార దీక్ష చేస్తానని చెప్పారు. గాంధీజీకి ఎలాంటి సంతృప్తికరమైన సమాధానం రాకపోవడంతో, ఆయన 20 సెప్టెంబర్ 1932న నిరాహారదీక్ష ప్రారంభించారు. దేశం మొత్తం మీద, ప్రజలు ఈ హక్కుల గురించి చర్చించుకోవడం మరియు చర్చించుకోవడం ప్రారంభించారు మరియు ఒక విధంగా దేశంలో పెద్ద వివాదం తలెత్తింది. దేశవ్యాప్తంగా భయాందోళనలు వ్యాపించినప్పుడు, గాంధీజీని రక్షించడానికి బహిరంగ సభను ఏర్పాటు చేశారు. బొంబాయిలో ఈ భారీ సమావేశాన్ని ఏర్పాటు చేశారు. ఈ సమావేశంలో మాట్లాడేందుకు డాక్టర్ భీమ్‌రావు అంబేద్కర్‌ను

కూడా ఆహ్వానించారు. అతను స్పష్టమైన మాటలతో, "గాంధీజీని రక్షించడానికి అన్ని ప్రయత్నాలు చేయాలి, కానీ నేను దళితులు మరియు అంటరానివారి సంక్షేమం నుండి బయటపడతానని నా నుండి ఆశించకూడదు. ప్రత్యేక నియోజకవర్గాలు వచ్చిన తర్వాత కూడా, అన్ని అంటరానివారు హిందూ మతంలో భాగంగానే కొనసాగుతారు, ఇందులో ఎలాంటి సందేహం లేదు. డాక్టర్ అంబేద్కర్ తన నిర్ణయంపై గట్టిగా నిలదీయడంతో, కాంగ్రెస్ నాయకులు మరో పరిష్కారం ఆలోచించారు. ప్రత్యేక నియోజక వర్గాలపై కాంగ్రెస్, గాంధీజీలకు అభ్యంతరం ఉందని, అయితే రిజర్వేషన్ విధానమే సరైనదని వారు అభిప్రాయపడ్డారు. మాల్వియా జీ కూడా ఏదోవిధంగా డాక్టర్ అంబేద్కర్‌ని ప్రత్యేక ఎన్నికల గురించి మరిచిపోయేలా చేయడానికి ప్రయత్నించారు. డా.అంబేద్కర్ మాలవ్యతో మాట్లాడుతూ, వారు చెప్పినదంతా తాను అంగీకరిస్తున్నానని, అయితే దళితుల సంక్షేమంలో లేనిది తాను చేయలేనని అన్నారు. ఇంత చిన్న విషయానికే గాంధీజీ ఇంత పెద్ద నిరాహార దీక్ష చేశారని డాక్టర్ అంబేద్కర్ స్పష్టంగా చెప్పారు. దేశ స్వాతంత్ర్యం కోసం ఆయన నిరాహార దీక్ష చేసి ఉంటే యావత్ జాతి ఆయన వెంట ఉండేది. బొంబాయి సమావేశంలో గాంధీజీ ఎరవాడ జైలు నుంచి రాసిన లేఖను సభలో చదివి వినిపించారు. ఆ లేఖలో, "డియర్ డాక్టర్ అంబేద్కర్! దేశాన్ని ముక్కలు చేయనివ్వవద్దు. హిందూ జాతిని రక్షించండి. నేను మీతో ఉన్నాను. నా సానుభూతి మీకు ఉంది. నా జీవితం మీ చేతుల్లో ఉంది, ఇప్పుడు మీరు చేయగలరు. మీరు సరిగ్గా అనుకున్నట్లు." ఈ లేఖను తీసుకుని కస్తూర్బా గాంధీ స్వయంగా డా. అంబేద్కర్. ఆమె కుమారుడు దేవదాస్ గాంధీ కూడా ఆమెతో ఉన్నారు. తల్లి మరియు ఇద్దరూ గాంధీజీతో రాజీ కుదుర్చుకుని కాపాడమని కొడుకు డాక్టర్ అంబేద్కర్‌ను అభ్యర్థించాడు అతని జీవితం. మాళవీయాజీ డా. అంబేద్కర్‌ను కూడా చాలాసార్లు కలిశారు మరియు గాంధీజీతో రాజీకి రావాలని అభ్యర్థించారు. చక్రవర్తి రాజగోపాలాచారి కూడా ఈ దిశగా ప్రయత్నాలు చేశారు. చివరికి డాక్టర్ అంబేద్కర్ రాజీకి అంగీకరించారు. రాజీ కోసం, అతను కొన్ని ముందస్తు షరతులను వేశాడు, అవి:

1. శాసనసభలో 'హరిజనుల సీట్ల సంఖ్యను 78 నుంచి 148కి పెంచాలి.

2. ఈ స్థానాలకు ఎన్నికలు చట్ట ప్రకారం జరుగుతాయి.

3. సెంట్రల్ లెజిస్లేచర్‌లో బ్రిటీష్ ఇండియా కోసం సాధారణ ఓటర్లకు కేటాయించిన సీట్లలో 18% ఈ చట్టసభలో రిజర్వ్ చేయబడుతుంది అణగారిన వర్గాలు.

4. కేంద్ర శాసన మండలిలో హరిజన ప్రతినిధులు ఉమ్మడి ఓటర్ల సూత్రం ఆధారంగా ఎన్నుకోబడతారు,

5. ఎన్నికల కోసం అభ్యర్థుల ప్యానెల్‌కు ప్రాథమిక ఎన్నికల విధానం ఇంతకు ముందు పేర్కొన్న విధంగా సెంట్రల్ మరియు ప్రావిన్షియల్ లెజిస్లేచర్లు మొదటి పదేళ్ల తర్వాత ముగుస్తుంది, త్వరగా ముగించకపోతే పరస్పర ఒప్పందం ద్వారా.

6. రిజర్వ్డ్ సీట్ల ద్వారా అణగారిన తరగతులకు ప్రాతినిధ్యం వహించే వ్యవస్థ ఈ పరిష్కారంలో సంబంధిత సంఘాల మధ్య పరస్పర ఒప్పందం ద్వారా నిర్ణయించబడే వరకు ప్రాంతీయ మరియు కేంద్ర శాసనసభలు కొనసాగుతాయి.

7. సెంట్రల్ మరియు ప్రావిన్షియల్ లెజిస్లేచర్లకు ఫ్రాంచైజీ లోథియన్ కమిటీ నివేదికలో సూచించిన విధంగా అణగారిన తరగతులు ఉండాలి.

8. ప్రభుత్వ మరియు పర్మినెంట్ ఉద్యోగాలలో, వివక్ష ఉండదు హరిజనులకు వ్యతిరేకంగా

9. ప్రతి రాష్ట్రంలోని అంటరానివారి విద్య కోసం గరిష్టంగా గ్రాంట్ ఇవ్వబడుతుంది.

10. దేశం నుండి వీలైనంత త్వరగా అంటరానితనం నిర్మూలించబడుతుంది. ఈ డిమాండ్లు మరియు షరతులన్నీ సమావేశంలో చదవబడ్డాయి మరియు హిందువుల తరపున, పండిట్ మదన్ మోహన్ మాలవ్య దానిపై సంతకం చేశారు. అంటరాని సమాజం తరపున డాక్టర్ అంబేద్కర్ సంతకం చేశారు. ఒప్పందంపై సంతకం చేసిన తర్వాత, డాక్టర్ అంబేద్కర్ గాంధీజీని కలవడానికి ఎరవాడ జైలుకు వెళ్లారు. ఆ వెంటనే గాంధీజీ జైలు నుంచి విడుదలయ్యాడు, అయితే బయటకు వచ్చిన తర్వాత ఎలాంటి రాజకీయ పనులు చేయకూడదని ఆంక్షలు విధించారు. జైలు నుండి విడుదలైన తర్వాత, గాంధీజీ భారతదేశం మొత్తం పర్యటించారు మరియు అంటరానివారి సంక్షేమం కోసం విరాళాలు ఇవ్వాలని విజ్ఞప్తి చేశారు. హరిజనుల సంక్షేమాన్ని దృష్టిలో ఉంచుకుని 'హరిజన సేవక్ గాంధీజీ హరిజనుల సంక్షేమం కోసం విరాళాలు ఇవ్వాలని దేశప్రజలందరికీ విజ్ఞప్తి చేసినా హరిజన సేవక్ గాంధీజీ అనే పేపర్ ప్రచురణను ప్రారంభించాడు, కానీ అతను కేవలం రూ. దీని నుంచి 8 లక్షలు. ఒప్పందం కుదిరింది, ఇప్పుడు ఇద్దరూ తమ తమ మార్గాల్లో తమ పనిని ప్రారంభించారు. ఈ సమయంలో, డాక్టర్ అంబేద్కర్ సభ్యునిగా నియమితులయ్యారు

ప్రభుత్వంచే భారత రాజ్యాంగ సంస్కరణల సంయుక్త కమిటీ'. పేరులో స్పష్టంగా కనిపిస్తున్నట్లుగా, ఈ కమిటీ రాజ్యాంగ సంస్కరణల కోసం రూపొందించబడింది. 1932 సెప్టెంబరు 24న పూనా ఒప్పందంపై నాయకులు సంతకాలు చేశారు. దళితుల పక్షం నుంచి డాక్టర్ అంబేద్కర్ సంతకం చేయగా, ఉన్నత కులాల పక్షం నుంచి పండిట్ మదన్ మోహన్ మాలవ్య తదితర వ్యక్తులు సంతకాలు చేశారు. అంబేద్కర్‌తో పెన్నులు మార్చుకుని సంతకం చేయడంతో రాజగోపాలాచారి భావోద్వేగానికి గురయ్యారు. ఈ ఒప్పందం గురించిన వార్తను త్వరలో ప్రధానికి అందించారు. సెప్టెంబరు 25న బొంబాయిలో జరిగిన ఒక బహిరంగ సభలో పండిట్ మదన్ మోహన్ మాలవీయ స్వయంగా ఎవరూ పుట్టుకతోనే అంటరానివారిగా పరిగణించరాదని, భారతదేశం నుండి అంటరానితనాన్ని తొలగించాలని ప్రకటించారు. ఈ సందర్భంగా డా.అంబేద్కర్ మాట్లాడుతూ తాను ఒక విషయంపై మాత్రమే

పశ్చాత్తాపపడుతున్నానని, అందుకే రౌండ్ టేబుల్ సమావేశంలో మహాత్మాగాంధీ ఈ దృక్పథాన్ని అవలంబించలేదన్నారు. "ఆ సమయంలో అతను నా దృక్కోణాన్ని అర్థం చేసుకునే ప్రయత్నం చేసి ఉంటే, ఈ రోజు అతను వృథాగా బాధపడాల్సి వచ్చేది కాదు."ఈ సమావేశంలో అంటరానితనం నిర్మూలనకు తీర్మానం చేసి, 'అంటరానితనం నిర్మూలన సమితి'ని ఏర్పాటు చేశారు. భవిష్యత్తులో, ఇది 'హరిజన సేవా సంఘ్'గా ప్రసిద్ధి చెందింది. 'సంఘ్' కేంద్ర కమిటీలో డాక్టర్ అంబేద్కర్, శ్రీ ఎమ్.సి. రాజా, దళితుల ప్రతినిధులుగా రాయ్ బహదూర్ శ్రీనివాసన్. ఈ సంఘ్ మంత్రి అమృత్ లాల్ ఠక్కర్ కూడా దళిత కులానికి చెందిన వారే. 28 సెప్టెంబర్ 1932న, బొంబాయిలో అక్టోబరు 18న ఒక భారీ సమావేశంలో బెలాసిస్ రోడ్, బొంబాయి సమావేశంలో మరియు 28 అక్టోబర్ 1932లో రష్యన్ సొసైటీ సందర్భంగా జహంగీర్ హాల్, బొంబాయి సమావేశం ఆయనకు గౌరవ పత్రాన్ని అందజేస్తూ, డాక్టర్ అంబేద్కర్ తన అంటరాని వారితో ఇలా అన్నారు స్నేహితులు- "ఆలయంలోకి ప్రవేశించడం వెనుక ఉద్దేశం మంచిదే. కానీ, ఆధ్యాత్మిక పురోగతికి బదులుగా, మీరు ఆర్థిక పురోగతిపై దృష్టి పెట్టాలి. డబ్బు లేకపోతే, తినడానికి తిండికి, ధరించడానికి బట్టలు, డబ్బు సంపాదించడానికి ఎవరూ సహాయం చేయరు. మీ పిల్లల చదువులకు, మందులకు......మీ మెడలోని తులసి (తులసి) హారము వడ్డీ వ్యాపారుల బారి నుండి మిమ్మల్ని రక్షించదు.మీరు రాముని స్తుతిస్తూ పాటలు పాడటం వలన మీకు కమీషన్ రాదు. భూస్వాములు వీలైనంత త్వరగా, మీ దుఃఖం మరియు బాధలు ముందుగా నిర్ణయించబడినవి అనే మీ మూర్ఖపు నమ్మకాన్ని మీరు విస్మరించాలి. మీ పేదరికం ముందుగా నిర్ణయించబడింది మరియు తొలగించబడదు అనే ఈ ఆలోచన పూర్తిగా తప్పు. మీరు తక్కువ మరియు బానిస అని భావించే మనస్తత్వాన్ని విస్మరించండి."

13.కొత్త పేరు, బాబా సాహెబ్

ఈ సమయంలో, డాక్టర్ అంబేద్కర్ భార్య అనారోగ్యానికి గురైంది. ఆమెకు చికిత్స అందించారు ఉత్తమ వైద్యులు, కానీ ఆమె ఆరోగ్యం క్షీణిస్తూనే ఉంది. చివర్లో, ఆమె మే 1935లో మరణించింది. తన భార్య మరణం డా. అంబేద్కర్. అతను అన్నింటికీ నిర్లిప్తంగా ఉండటం ప్రారంభించాడు. కాషాయ వస్త్రాలు ధరించడం ప్రారంభించాడని కూడా కొందరు అంటున్నారు. తన సుఖాలన్నింటినీ త్యాగం చేసి సాదాసీదా జీవితాన్ని గడపడం ప్రారంభించాడు. అప్పటి నుండి ప్రజలు ఆయనను బాబా సాహెబ్ అని పిలవడం ప్రారంభించారు. కానీ, అదృష్టవశాత్తూ, ఆ సమయంలో, అతను బొంబాయిలోని ప్రభుత్వ న్యాయ కళాశాలలో ప్రొఫెసర్‌గా నియమించబడ్డాడు. ఈ పదవికి నియమితుడయ్యాక, అతని నిర్లిప్తత కొద్దిగా తగ్గింది మరియు అతను ఇప్పుడు మరింత శ్రద్ధ చూపడం ప్రారంభించాడు బోధన మరియు అధ్యయనాలు. సమయం గొప్ప వైద్యం. సమయానికి డాక్టర్ అంబేద్కర్ వచ్చారు తన భార్య మరణం వల్ల కలిగిన దుఃఖం నుండి మరియు నడిపించడం ప్రారంభించాడు సాధారణ జీవితం. యెవ్లా సమావేశం 1935 సెప్టెంబరులో, నాసిక్ జిల్లాలోని యెవ్లా అనే ప్రదేశంలో ఒక సమావేశం నిర్వహించబడింది. దానికి డా. అంబేద్కర్‌ను ఆహ్వానించారు. భార్య చనిపోయిన తర్వాత బహిరంగ సభలో పాల్గొనడం ఇదే తొలిసారి. నిర్వాహకులు ఆయనను ఆహ్వానించి, పాల్గొనేందుకు అంగీకరించడంతో సదస్సులో పాల్గొనడం తప్పనిసరి అని భావించారు. అక్కడికి చేరుకోగానే నిర్వాహకులు ఆయన్ను ఫంక్షన్‌కు అధ్యక్షుడిగా ప్రకటించారు. డాక్టర్ అంబేద్కర్ చిత్రపటానికి పూలమాల వేసి నివాళులర్పించారు. రాష్ట్రపతి ప్రసంగంలో డాక్టర్ అంబేద్కర్ అనేక అంశాలను ప్రస్తావించారు. అంటరానివారి సమస్యలు, వాటి పరిష్కారాల గురించి వివరంగా తన అభిప్రాయాలను వెల్లడించారు. త్వరలో మతం మారబోతున్నట్లు కూడా ప్రకటించాడు.తాను హిందూ కుటుంబంలో పుట్టానని చాలా సందర్భాల్లో చెప్పారు. ఇది అతని శక్తిలో లేదు. కానీ, అతను హిందువుగా చనిపోవాల్సిన అవసరం లేదు. యెవ్లా కాన్ఫరెన్స్ లో తాను మతం మారబోతున్నానని స్పష్టంగా చెప్పాడు. ఈ సదస్సులో ఆయన మాట్లాడుతూ.. ప్రపంచంలో ఇంతకంటే నీచమైన మతం లేదు.. కాబట్టి ఈ మతాన్ని విస్మరించండి.. ఈ మతంలో మనుషులను జంతువుల కంటే హీనంగా పరిగణిస్తారు.. ప్రజలు అన్ని మతాలను మంచి అంటారు.. కానీ, ఈ మతంలో , అంటరానివారు సమాజం నుండి వేరుగా పరిగణించబడతారు, అయితే వారు సమాజానికి అనేక విధాలుగా సేవ చేస్తారు."

10,000 మంది ప్రేక్షకులు ఉన్న నాసిక్ జిల్లాలోని ఒక చిన్న గ్రామంలో, డాక్టర్ అంబేద్కర్ ప్రకటన పిడుగులాంటిది. ప్రేక్షకులంతా మౌనం వహించారు. వారు తమ చెవులను నమ్మలేకపోయారు. దీనికి సంబంధించి డాక్టర్ అంబేద్కర్ ఒక ప్రతిపాదన కూడా ఉంచారు. ఈ ప్రతిపాదన యొక్క ప్రధాన సారాంశం ఏమిటంటే, "స్వాతంత్ర్యం మరియు సమానత్వం పొందడానికి ఏకైక మార్గం 'మత మార్పిడి".

భారతదేశంలోని మహర్షులందరూ తమ మతం మారబోతున్నట్లు ఇక్కడ ప్రకటిస్తున్నందున ఈ సదస్సును చారిత్రాత్మకంగా పరిగణించాలని డాక్టర్ అంబేద్కర్ అన్నారు. హిందువుల పండుగలను జరుపుకోవడం మానేయాలని అంబేద్కర్ మహర్లకు చెప్పారు. వారు హిందూ దేవతలను మరియు దేవతలను పూజించకూడదు మరియు వారు దేవాలయాలకు వెళ్ళకూడదు. ఎక్కడ వారికి గౌరవం, మర్యాద ఇవ్వలేదో, అలాంటి మతాన్ని విడిచిపెట్టడం మంచిది. 1935 అక్టోబరు 13న యెవ్లా సదస్సు జరిగింది. దీనికి ముందు, మే నెలలో, డాక్టర్ అంబేద్కర్ మొదటి భార్య మరణించింది. ఆయన భార్య మరణానంతరం డాక్టర్ అంబేద్కర్ ఏకాంతవాసిగా మారారని, ఆ తర్వాత ఆయన బహిరంగంగా రావడం ఇదే మొదటిసారని ఆయన అనుచరులు భావిస్తున్నారు. ఈ సదస్సులో శ్రీ రంఖాంబే స్వాగత కమిటీ నాయకురాలు. ఈ సదస్సులో డాక్టర్ అంబేద్కర్ రెండు భాగాలుగా ప్రసంగించారు. చివరికి, అక్కడ ఉన్న హిందువులకు హిందూ మతాన్ని విడిచిపెట్టమని సలహా ఇచ్చాడు, తద్వారా వారు సంతృప్తి మరియు గౌరవం పొందే ఇతర మతంలోకి వెళ్ళగలిగారు. కానీ, లోతుగా ఆలోచించి కొత్త మతాన్ని ఎంచుకోవాలని ఆయన వారికి సలహా ఇచ్చాడు. ఈ రోజున డాక్టర్ అంబేద్కర్ తెల్లని బట్టలు ధరించడం ప్రారంభించారు. అతని అనుచరులు అతనిని 'బాబా సాహెబ్' అని పిలవడం ప్రారంభించారు. ఈ సదస్సు అనంతరం.. అతను ఈ పేరుతో పిలవడం ప్రారంభించాడు. యెవ్లా నుండి తిరిగి వస్తున్నప్పుడు, అతను డాక్టర్ సదానంద్ గల్వంకర్ నివాసంలో బస చేశాడు. అక్కడ అంటరానివారి సంక్షేమం కోసం కృషి చేస్తున్న హిందూ మిషనరీ మరియు సామాజిక కార్యకర్త శ్రీ మసుర్కర్ మహారాజ్‌ను కలిశారు. మసుర్కర్ మహారాజ్ అంటరానివారి సంక్షేమం మరియు అతను చేసే శుద్ధీకరణ కోసం రోజురోజుకు ప్రసిద్ధి చెందాడు. కొన్ని రోజుల క్రితం, అతను గోవాలోని 10,000 మంది క్రైస్తవులను తిరిగి హిందూ మతంలోకి మార్చాడు. వారిద్దరూ మూడు గంటల పాటు సుదీర్ఘంగా చర్చలు జరిపారు. మతం మారకూడదని మసుర్కర్ మహారాజ్ డాక్టర్ అంబేద్కర్‌కు సలహా ఇచ్చారు. ఆ సమయంలో డాక్టర్ అంబేద్కర్ మసుర్కర్ మహారాజ్ కు స్పష్టమైన సమాధానం ఇచ్చారు. తన మత మార్పిడిని ఆపడం హిందువుల చేతుల్లోనే ఉందన్నారు. అలాగే హిందువుల్లో మనసు మారుతుందన్న నమ్మకం తనకు లేదని, తన మతమార్పిడిని అడ్డుకునేందుకు తాము ఏ ప్రయత్నమైనా చేస్తామని చెప్పారు. అతని వాదన ఏమిటంటే ఒక అంటరాని కార్మికుడు శ్రీ కె.కె. మత గ్రంథాలు, గ్రంథాలు తెలియని శంకర్‌కి శంకరాచార్య అనే బిరుదు ఇచ్చి, అసలు శంకరాచార్యకి ఉన్న గౌరవం, గౌరవం ఇవ్వాలి. మసుర్కర్ మహారాజ్ ఈ వక్రీకృత తర్కానికి సమాధానం ఇవ్వలేదు, ఎందుకంటే మత పుస్తకాలు మరియు గ్రంథాల పరిజ్ఞానం ఉన్న వ్యక్తి మాత్రమే శంకరాచార్యగా మార్చబడ్డాడని మసుర్కర్ మహారాజ్‌కు తెలుసు. డాక్టర్ అంబేద్కర్ మతపరమైన పుస్తకాలు మరియు గ్రంథాలు తెలిసిన కొంతమంది పండితుల పేరును తీసుకొని ఉంటే, బహుశా మసుర్కర్ మహారాజ్ దీని కోసం ప్రయత్నాలు చేసి ఉండవచ్చు. కానీ, అంటరానివారిని అవమానించిన మతాన్ని అవమానించాలనేది డాక్టర్ అంబేద్కర్ మనసులో

ఒక్కటి మాత్రమే ఉంది మరియు అతను దీన్ని చేయాలని నిర్ణయించుకున్నాడు. గొడ్డు మాంసం తినడాన్ని కూడా ఆయన సమర్థించారు

బాబా సాహెబ్ తన నిర్ణయం నుండి చలించలేదు మరియు జనవరి 1936లో 'మహారాష్ట్ర అస్పృశ్య యువక్ పరిషత్ (మహారాష్ట్ర అంటరాని యువజన పార్టీ) నిర్వహించిన ఒక కార్యక్రమంలో అతను స్పష్టంగా చెప్పాడు. "దేవతలు మరియు దేవుళ్ళందరూ కూడా నా ముందు ప్రత్యక్షమై, ఈ మతాన్ని విడిచిపెట్టవద్దని కోరితే, నేను కూడా వాటిని పాటించను." ఈ నేపథ్యంలో దళితులకు వార్నింగ్ ఇస్తూ డాక్టర్ అంబేద్కర్ కూడా ఇలా అన్నారు. "మనం మతం మారితే మనం అనే ఈ అపోహను విస్మరించాలి అంటరానివారు ఉన్న సమస్యల నుండి వెంటనే విముక్తి పొందుతారు ఎదుర్కొంటారు మరియు వారు వెంటనే సమానత్వం యొక్క ప్రపంచంలోకి వస్తారు. ఏది ఏమైనా వారు స్వీకరించే మతం, వారు సమానత్వం కోసం పోరాడుతూనే ఉంటారు స్వాతంత్ర్యం. మనం ఏ మతాన్ని అవలంబించవచ్చు, అది ఇస్లాం, సిక్కు మతం లేదా క్రైస్తవ మతం అయినా, మన సమానత్వం కోసం గొప్ప ప్రయత్నాలు చేయవలసి ఉంటుందని మాకు పూర్తిగా తెలుసు. మనం ఇస్లాంను స్వీకరిస్తే మనలో ప్రతి ఒక్కరూ నవాబులు అవుతారని లేదా క్రైస్తవం అవలంబిస్తే అందరూ పోప్‌లు అవుతారని అనుకోవడం అవివేకం. మనం ఏ మతాన్ని అవలంబించినా పోరాడుతూనే ఉంటాం" అని అన్నారు.

14.కులతత్వానికి వ్యతిరేకంగా పోరాడండి

మోడెమ్ (1935. దేర్ బ్రేకర్ జాత్-పాత్ తోడక్ మండల్ (కుల మత విద్రోహ పార్టీ)కి అధ్యక్షత వహించారు. శ్రీ సంత్ రామ్ ఈ పార్టీ నిర్వాహకులు. ఈ కార్యక్రమంలో అంబేద్కర్ చేసిన ప్రసంగం భారతదేశం మొత్తం చర్చనీయాంశమైంది. , అంబేద్కర్ ఈ ప్రసంగాన్ని బుక్‌లెట్‌గా మార్చి ప్రచురించారు. 'అనిహిలేషన్ ఆఫ్ కాస్ట్'కి అనువాదకులు జాతివాద్ కా విచ్చేద్ అనే పేరు పెట్టారు. జాత్‌పాట్ తోడక్ మండల కార్యక్రమానికి వెళ్లే ముందు ఆయన తన ప్రసంగ కాపీని నిర్వాహకులకు అందించారు. ఈ ప్రసంగంలో డాక్టర్ అంబేద్కర్ హిందూ గ్రంథాలను తీవ్రంగా విమర్శించారు.డాక్టర్ అంబేద్కర్ తన యానిహిలేషన్ ఆఫ్ కాస్ట్ అనే పుస్తకంలో ఇలా వ్రాశారు- "పేష్వాల పాలనలో, ఒక ఉన్నత కులానికి చెందిన హిందువు రోడ్డుపై నడుస్తుంటే, నిమ్న కులాల హిందువులకు అదే మార్గంలో నడవడానికి అనుమతి లేదు. వారి నీడ తనపై పడటం వల్ల అతను అపవిత్రుడు కాకూడదని, ప్రతి హిందువు తన మణికట్టు లేదా మెడపై నల్ల దారం కట్టుకోవడం అవసరం, తద్వారా ఉన్నత కుల హిందువులు అతనిని గుర్తించి పొరపాటున అతనిని తాకకూడదు. పేష్వాలలో 'రాజధాని పూనా, అంటరానివారు నడుముకు చీపురు కట్టుకుని నడవాలి, తద్వారా నేలపై పడిన వారి పాదముద్రలు చీపురుతో తొలగిపోతాయి, ఎందుకంటే అధిక కుల హిందువుల పాదముద్రలు పడి ఉంటే. ఆ పాదముద్రలపై అప్పుడు వారు అపవిత్రులుగా మారతారు.అంతే కాదు, పూనాలో అంటరానివారు తమ మెడకు ఒక మట్టి కుండను వేలాడదీసుకుని నడవవలసి ఉంటుంది, తద్వారా వారు దానిలో మాత్రమే ఉమ్మివేస్తారు మరియు వారి ఉమ్మి నేలపై పడి ఉంటే నేల మరియు ఉన్నత కుల హిందువులు దానిపై అడుగు పెట్టినట్లయితే వారు అపవిత్రంగా మారేవారు. డాక్టర్ అంబేద్కర్ ప్రసంగం లాహోర్ సమావేశ నిర్వాహకుల వద్దకు చేరుకుంది మరియు వారు హిందూ మతంపై విమర్శలను చదివినప్పుడు, వారు డాక్టర్ అంబేద్కర్‌ను అతని ప్రసంగం నుండి తొలగించమని కోరారు, ఎందుకంటే నిర్వాహకులు చదివారు హిందూ గ్రంథాల వివరాలు. ఈ ఉత్తరప్రత్యుత్తరాలలో చాలా సేపు గడిపారు. ఫలితంగా లాహోర్ సమావేశం వాయిదా పడింది. ఈ ఉత్తరప్రత్యుత్తరాల సమయంలో నిర్వాహకులు డాక్టర్ అంబేద్కర్‌కు ఈ గ్రంథాల గురించి కొంత సమాచారాన్ని అందించారు. ఈ సమాచారం ఆధారంగా, డాక్టర్ అంబేద్కర్ తన ప్రసంగంలోని కొన్ని భాగాలను తొలగించారు, కాబట్టి సమావేశం భవిష్యత్ తేదీలో షెడ్యూల్ చేయబడింది. డాక్టర్ అంబేద్కర్ తన ప్రసంగంలో, భారతదేశ సమాజం ప్రాథమికంగా నాలుగు తరగతులుగా విభజించబడిందని, వాటిని 'చతుర్వర్ణ' (నాలుగు తరగతుల వ్యవస్థ) అని పిలుస్తారు. 'చాతుర్వర్ణం' అనేది ఒక సమాజంలో నాలుగు వర్గాల ప్రజలు-బ్రాహ్మణ, క్షత్రియులు, వైశ్యులు మరియు శూద్రులు ఉంటారు, వివిధ తరగతులకు వేర్వేరు పనులు ఏర్పాటు చేయబడ్డాయి, ఇది ఒక విధంగా సామాజిక అన్యాయం. ఒక వ్యక్తి తాను చేయాలనుకున్న పనిని ఎంచుకుని, దానిని చేయడం

అతని వ్యక్తిగత విషయం. కాబట్టి, ప్రతి మనిషి పనిని నిర్ణయించే హక్కు సమాజానికి లేదు. భారతీయ సమాజం ఖచ్చితంగా ఫ్యాక్టరీ లేదా మిల్లు కాదు. సమాజంలో పని ఏర్పాట్లకు ఒక రూపం ఇవ్వడానికి ప్రయత్నిస్తున్న ఈ నిర్వాహకులు ఎక్కడ నుండి వచ్చారు? వారికి ఈ బాధ్యత ఎవరు అప్పగించారు? ప్రతి మనిషి స్వభావం భిన్నంగా ఉంటుంది. అలాంటప్పుడు, ఈ నిర్వాహకులు మనిషిని అతని శక్తి మరియు జ్ఞానం ప్రకారం పని చేయకుండా ఎలా ఆపగలరు? అంబేద్కర్ ఇంకా ఇలా చెప్పుకుంటూ పోతే ఇంతమందికి కాలం చెల్లింది వారి అవసరాలకు అనుగుణంగా గ్రంథాలను తారుమారు చేస్తారు. కొత్త ఉషస్సుతో, మీరు కొత్త జీవితం, కొత్త ప్రారంభం గురించి మాట్లాడాలి. ప్రతి ఉదయం కొత్తదే ఉదయం; ప్రతి అడుగు ఒక కొత్త అడుగు. కొత్త సంకల్పంతో ముందుకు సాగాలని తహతహలాడే అడుగు వెనక్కి తిరిగి చూడదు. వైస్రాయ్ కౌన్సిల్ లో ఆ సమయంలో వైస్రాయ్ బొంబాయి వచ్చారు. ఈ అవకాశాన్ని సద్వినియోగం చేసుకోవాలని అంబేద్కర్ నిర్ణయించుకున్నారు. తనకు అపాయింట్‌మెంట్ ఇవ్వాలని గవర్నర్‌ను కోరారు. గవర్నర్ ఈ పని చేశారు. నిర్ణీత రోజున డాక్టర్ అంబేద్కర్ వైస్రాయ్‌ని కలవడానికి వెళ్లారు. తర్వాత లాంఛనాలు, వైస్రాయ్ అంబేద్కర్‌ను సందర్శించడానికి గల కారణాన్ని అడిగారు. అంబేద్కర్ కోసం ప్రాతినిధ్యం లేకపోవడం గురించి వాస్తవాన్ని పునరావృతం చేసింది అంటరానివారు, ముఖ్యంగా వైస్రాయ్ కౌన్సిల్‌లోని మహర్లు. వైస్రాయ్ ఒక్కసారిగా అతని డిమాండ్‌ని అంగీకరించి, "డా. అంబేద్కర్‌ను వైస్రాయ్ కౌన్సిల్ సభ్యునిగా నియమించారు" అని ప్రకటించారు. డాక్టర్ అంబేద్కర్ చాలా సంతోషించారు. కానీ, అంటరానివారి జనాభా ప్రకారం వైస్రాయ్ కౌన్సిల్‌లో కనీసం ముగ్గురు సభ్యులను తీసుకోవాలని కూడా ఆయన చెప్పారు. దాని గురించి ఆలోచిస్తానని వైస్రాయ్ చెప్పారు. దీని తరువాత, అంబేద్కర్ ప్రభుత్వ ఉద్యోగాలలో అంటరానివారికి వయస్సు సడలింపు మరియు పోటీ పరీక్షలలో హాజరయ్యేందుకు వారికి ఫీజు సడలింపు డిమాండ్ చేశారు. వైస్రాయ్ కూడా ఈ డిమాండ్లను అంగీకరించారు. అంటరానివారు మరియు మహర్షులు డాక్టర్ అంబేద్కర్ వైస్రాయ్ కౌన్సిల్‌కు నియమితులయ్యారని తెలియగానే, చుట్టూ సంతోషపు అలలు వ్యాపించాయి మరియు అనేక చోట్ల ఆయనకు మద్దతుగా ఊరేగింపులు జరిగాయి. సమావేశాలు ఏర్పాటు చేశారు. డాక్టర్ అంబేద్కర్ ఉత్సాహం కూడా చూడదగ్గది. అతని హృదయపూర్వక కోరిక నెరవేరింది మరియు అతని ఇతర డిమాండ్లు నెరవేరుతాయని అతను హామీని పొందాడు. రాజకీయ అస్థిరత 1945 సంవత్సరం గడిచి 1946వ సంవత్సరం వచ్చింది. ఈ ఏడాది భారతదేశంలోనే కాకుండా ప్రపంచంలోని ఇతర దేశాల్లో కూడా టి రాజకీయ ఒడిదుడుకులు చాలానే ఉన్నాయి. కాబట్టి, అస్థిరత పరిస్థితి ఏర్పడింది. మెజారిటీ ప్రజల మార్గంలో మైనారిటీలను అడ్డంకిగా ఉండనివ్వబోమని బ్రిటిష్ ప్రధాన మంత్రి శ్రీ అట్లీ 1946 మార్చి 16న ప్రకటించారు. ఇది చదివిన డాక్టర్ అంబేద్కర్ అప్రమత్తమయ్యారు. మహారాష్ట్రలో పర్యటించి అంటరానివారిని హెచ్చరించాడు. క్యాబినెట్ మిషన్ 24 మార్చి 1946న, క్యాబినెట్ మిషన్ భారతదేశానికి వచ్చింది. ఇది భారతదేశంలోని ముఖ్యమైన నాయకులను కలుసుకుంది. ఈ సందర్భంగా మాస్టర్ తారా సింగ్, డాక్టర్ అంబేద్కర్‌లను ప్రత్యేకంగా కలిశారు. డాక్టర్ అంబేద్కర్ కొత్త

రాజ్యాంగంలో ప్రత్యేక ఎన్నికలు, ప్రత్యేక వసతి మరియు అంటరానివారి హక్కుల భద్రతను కోరారు. కానీ, క్యాబినెట్ మిషన్ కొత్త రాజ్యాంగ సభ మరియు కొత్త ప్రభుత్వం యొక్క మౌలిక సదుపాయాలను ప్రకటించినప్పుడు, దళిత ఫెడరేషన్ యొక్క డిమాండ్లు నెరవేరాయి. దీంతో ఫెడరేషన్ సభ్యులు ఒక్కతాటిపైకి వచ్చి దీనికి నిరసనగా ఉద్యమం చేపట్టారు. అనేక ఊరేగింపులు జరిగాయి. డాక్టర్ అంబేద్కర్ భరత్ భూషణ్ ప్రెస్ ను తగులబెట్టారు. దళితుల ఉద్యమం ఊపందుకోవడంతో చాలా చోట్ల ఊరేగింపులు, సమావేశాలు జరిగాయి. 16 జూన్ 1946న, కేబినెట్ మిషన్ కాంగ్రెస్ పార్టీకి ఐదుగురు, ఒక కాంగ్రెస్ 'హరిజన్', ఐదుగురు ముస్లిం లీగ్ మరియు పార్సీలు, సిక్కులు మరియు క్రిస్టియన్‌లకు ఒక్కొక్క ప్రతినిధిని తీసుకుంది. దీనిని కాంగ్రెస్ గానీ, ముస్లిం లీగ్ గానీ అంగీకరించలేదు. ఫలితంగా, జూన్ 29న వైస్రాయ్ 80% బ్రిటిష్ వారితో కూడిన తాత్కాలిక ప్రభుత్వాన్ని ప్రకటించారు. తాత్కాలిక ప్రభుత్వంలో డాక్టర్ అంబేద్కర్‌కు ప్రాతినిధ్యం లేదు. కాబట్టి, అతను కూడా చేసాడు అంటరానివారు, ముఖ్యంగా వైస్రాయ్ కౌన్సిల్‌లోని మహర్లు. వైస్రాయ్ ఒక్కసారిగా అతని డిమాండ్‌ని అంగీకరించి, "డా. అంబేద్కర్‌ను వైస్రాయ్ కౌన్సిల్ సభ్యునిగా నియమించారు" అని ప్రకటించారు. డాక్టర్ అంబేద్కర్ చాలా సంతోషించారు. కానీ, అంటరానివారి జనాభా ప్రకారం వైస్రాయ్ కౌన్సిల్‌లో కనీసం ముగ్గురు సభ్యులను తీసుకోవాలని కూడా ఆయన చెప్పారు. దాని గురించి ఆలోచిస్తానని వైస్రాయ్ చెప్పారు.దని తరువాత, అంబేద్కర్ ప్రభుత్వ ఉద్యోగాలలో అంటరానివారికి వయస్సు సడలింపు మరియు పోటీ పరీక్షలలో హాజరయ్యేందుకు వారికి ఫీజు సడలింపు డిమాండ్ చేశారు. వైస్రాయ్ కూడా ఈ డిమాండ్లను అంగీకరించారు. అంటరానివారు మరియు మహర్షులు డాక్టర్ అంబేద్కర్ వైస్రాయ్ కౌన్సిల్‌కు నియమితులయ్యారని తెలియగానే, చుట్టూ సంతోషపు అలలు వ్యాపించాయి మరియు అనేక చోట్ల ఆయనకు మద్దతుగా ఊరేగింపులు జరిగాయి. సమావేశాలు ఏర్పాటు చేశారు. డాక్టర్ అంబేద్కర్ ఉత్సాహం కూడా చూడదగ్గది. అతని హృదయపూర్వక కోరిక నెరవేరింది మరియు అతని ఇతర డిమాండ్లు నెరవేరుతాయని అతను హామీని పొందాడు.

15.రాజకీయ అస్థిరత

1945 సంవత్సరం గడిచి 1946వ సంవత్సరం వచ్చింది. ఈ ఏడాది భారతదేశంలోనే కాకుండా ప్రపంచంలోని ఇతర దేశాల్లో కూడా టి రాజకీయ ఒడిదుడుకులు చాలానే ఉన్నాయి. కాబట్టి, అస్థిరత పరిస్థితి ఏర్పడింది. మెజారిటీ ప్రజల మార్గంలో మైనారిటీలను అడ్డంకిగా ఉండనివ్వబోమని బ్రిటిష్ ప్రధాన మంత్రి శ్రీ అట్లీ 1946 మార్చి 16న ప్రకటించారు. ఇది చదివిన డాక్టర్ అంబేద్కర్ అప్రమత్తమయ్యారు. మహారాష్ట్రలో పర్యటించి అంటరానివారిని హెచ్చరించాడు. క్యాబినెట్ మిషన్ 24 మార్చి 1946న, క్యాబినెట్ మిషన్ భారతదేశానికి వచ్చింది. ఇది భారతదేశంలోని ముఖ్యమైన నాయకులను కలుసుకుంది. ఈ సందర్భంగా మాస్టర్ తారా సింగ్, డాక్టర్ అంబేద్కర్‌లను ప్రత్యేకంగా కలిశారు. డాక్టర్ అంబేద్కర్ కొత్త రాజ్యాంగంలో ప్రత్యేక ఎన్నికలు, ప్రత్యేక వసతి మరియు అంటరానివారి హక్కుల భద్రతను కోరారు. కానీ, క్యాబినెట్ మిషన్ కొత్త రాజ్యాంగ సభ మరియు కొత్త ప్రభుత్వం యొక్క మౌలిక సదుపాయాలను ప్రకటించినప్పుడు, దళిత ఫెడరేషన్ యొక్క డిమాండ్లు నెరవేరాయి. దీంతో ఫెడరేషన్ సభ్యులు ఒక్కతాటిపైకి వచ్చి దీనికి నిరసనగా ఉద్యమం చేపట్టారు. అనేక ఊరేగింపులు జరిగాయి. డాక్టర్ అంబేద్కర్ భరత్ భూషణ్ ప్రెస్ ను తగులబెట్టారు. దళితుల ఉద్యమం ఊపందుకోవడంతో చాలా చోట్ల ఊరేగింపులు, సమావేశాలు జరిగాయి.16 జూన్ 1946న, కేబినెట్ మిషన్ కాంగ్రెస్ పార్టీకి ఐదుగురు, ఒక కాంగ్రెస్ 'హరిజన్', ఐదుగురు ముస్లిం లీగ్ మరియు పార్సీలు, సిక్కులు మరియు క్రిస్టియన్‌లకు ఒక్కొక్క ప్రతినిధిని తీసుకుంది. దీనిని కాంగ్రెస్ గానీ, ముస్లిం లీగ్ గానీ అంగీకరించలేదు. ఫలితంగా, జూన్ 29న వైస్రాయ్ 80% బ్రిటిష్ వారితో కూడిన తాత్కాలిక ప్రభుత్వాన్ని ప్రకటించారు. తాత్కాలిక ప్రభుత్వంలో డాక్టర్ అంబేద్కర్‌కు ప్రాతినిధ్యం లేదు. కాబట్టి, అతను కూడా చేసాడు ఈ ప్రభుత్వానికి మద్దతు ఇవ్వరు. ఈ సందర్భంగా ఆయన ప్రకటించారు దళితులకు జరిగిన ఈ అన్యాయానికి నిరసనగా అంటరానివారు అహింసాయుత పోరాటం చేయాల్సి ఉంటుంది. చివరికి ఆగస్ట్ 24న కాంగ్రెస్ మధ్యంతర ప్రభుత్వం ఏర్పడింది. లో ఈ ప్రభుత్వం బాబూ జగ్జీవన్‌రామ్‌ను హరిజనుల ప్రతినిధిగా తీసుకుంది. హరిజనులకు ప్రభుత్వంలో కనీసం ఇద్దరు ప్రతినిధులు ఉండాలని డాక్టర్ అంబేద్కర్ ప్రధాని అట్లీకి టెలిగ్రామ్ పంపారు. ఏప్రిల్ 1946లో డాక్టర్ అంబేద్కర్ సిద్ధార్థ కళాశాలను ప్రారంభించారు. ద్వారా ఆ సమయంలో, అతను బౌద్ధ మతం మరియు ప్రభువు పట్ల ఆకర్షితుడయ్యాడు బుద్ధుడు. సిద్ధార్థుడు బుద్ధుని పాత పేరు. కాలేజీకి పేరు పెట్టారు అతని తరువాత. ఆ రోజుల్లో, అంటరాని వారికి ప్రత్యేక ప్రాతినిధ్యం ఉండాలనే కోరిక డా. అంబేద్కర్ మనసులో మళ్లీ పెరగడం మొదలైంది. కానీ, ఈ పనిలో అతనికి విజయం లభించలేదు. అంబేద్కర్ మనసులో ఒక రకమైన మెంటల్ బ్లాక్ ఏర్పడింది. అధిక కుల హిందువులు ముస్లింల డిమాండ్లను అంగీకరిస్తున్నారు, కాని వారు అంటరానివారి డిమాండ్లను అంగీకరించడానికి నిరాకరించారు. ముస్లింల

ముందు తల వంచుకున్న అదే నాయకులు అంటరాని వారితో మానవీయంగా ప్రవర్తించడానికి కూడా నిరాకరించారు. అంటరాని వారికి అడుగడుగునా అన్యాయం జరుగుతోందని అంబేద్కర్ ఆవేదన వ్యక్తం చేశారు. వీటన్నింటి వల్ల అంబేద్కర్‌కి హిందూ నాయకులపై కోపం వచ్చేది. 4 జూన్ 1946న, ఎన్. శివరాజ్ నాయకత్వంలో, 'దళిత జాతి ఫెడరేషన్' (దళిత కుల సమాఖ్య) సమావేశం నిర్వహించబడింది. ఈ సమావేశంలో అంటరాని వారికి ప్రత్యేక ప్రాతినిధ్యం కల్పించాలనే డిమాండ్‌ను లేవనెత్తారు. ఇది లేకుండా అంటరాని వారికి శాసన సభలు, శాసన మండలిలో స్థానం లభించదని అన్నారు. 1946 జూన్‌లో కాంగ్రెస్ మధ్యంతర ప్రభుత్వం అధికారంలో ఉంది. మధ్యంతర హిందువులకు సమాన ప్రాతినిధ్యాన్ని ప్రభుత్వం అంగీకరించింది ముస్లింలు, కానీ ప్రత్యేక ప్రాతినిధ్యం గురించి ఆలోచించలేదు అంటరానివారు. పోరాటాల అనంతరం అంబేద్కర్‌కు లభించినది ఒక్కటే 6 నుండి 6.5 కోట్ల మంది అంటరాని వారికి ప్రతినిధి. కాంగ్రెస్ మరియు ముస్లిం లీగ్ తమ మధ్య ఏదో ఏర్పాటు చేసుకున్నాయని దళిత ఫౌండేషన్ భావించడం ప్రారంభించింది. అంటరానివారి హక్కులను పూర్తిగా విస్మరించారని ఆవేదన వ్యక్తం చేశారు. ఇప్పుడు, ఏమి చేయవచ్చు? ఇది చాలా పెద్ద సమస్య. అప్పుడు వారు గాంధీజీని గుర్తు చేసుకున్నారు అహింసా ఉద్యమం, మరియు వారు ఇదే విధమైన అహింసా ఉద్యమాన్ని ప్రారంభించాలని నిర్ణయించుకున్నారు. దీని కోసం బొంబాయి, పూనాలలో అంటరానివారి భారీ ఊరేగింపులు చేపట్టారు. వారి విజయంతో సంతోషంగా వార్ధాలో కూడా ఊరేగింపు చేపట్టారు. అంటరానివారు ఇప్పుడు విభజించబడలేదని, పూర్తిగా ఐక్యంగా ఉన్నారని నిరూపించాలన్నారు. వారి డిమాండ్లను ఇలా విస్మరించలేదు. అక్కడ కాంగ్రెస్, ముస్లిం లీగ్ మధ్య ప్రభుత్వ ఏర్పాటుపై వాగ్వాదం జరిగింది. డా.అంబేద్కర్ కి ఒక అవకాశం వచ్చింది. ఇది కుట్రగా భావించి బ్రిటన్ ప్రధానికి దీనికి వ్యతిరేకంగా టెలిగ్రామ్ పంపాడు. ఇందులో ప్రభుత్వాన్ని ఏర్పాటు చేసే విధానం, దాని కోసం జరుగుతున్న బేరసారాల గురించి వివరంగా రాశారు. దీనితో పాటు, అంటరానివారికి మంత్రివర్గంలో కనీసం రెండు స్థానాలు ఉంచాలని కూడా రాశారు. డాక్టర్ అంబేద్కర్ తన ప్రయత్నంలో విజయం సాధించారు. బ్రిటీష్ ప్రభుత్వం అతని డిమాండ్‌ను అంగీకరించి, దానిని నెరవేరుస్తామని హామీ ఇచ్చింది. 26 జూలై 1946న, సర్దార్ వల్లభ్‌భాయ్ పటేల్ శాసనసభలో ఒక బిల్లును ప్రవేశపెట్టారు, ఇది ఎవరినైనా అంటరానివారిగా పరిగణించడం నేరమని పేర్కొంది. ఈ బిల్లును అంటరానితనం నిర్మూలన బిల్లు అని పిలిచారు". ఈ బిల్లును శాసనసభ ఆమోదించింది. అదే సంవత్సరం, జూలై 1946లో, డాక్టర్ అంబేద్కర్ వైస్రాయ్ కౌన్సిల్ సభ్యత్వానికి రాజీనామా చేశారు.

పునర్వివాహం

సమాజంలోని దురాచారాలను తొలగించడంలో డాక్టర్ భీంరావు తన శారీరక, మానసిక శక్తిని చాలా వెచ్చించాల్సి వచ్చింది. అతని మొదటి భార్య మరణం తరువాత, అతని జీవితం చాలా ఒంటరిగా

మారింది. అతనికి నిద్రించడానికి లేదా తినడానికి నిర్ణీత సమయం లేదు. ఫలితంగా, అతను చాలా బలహీనుడు అయ్యాడు. అతను మధుమేహ వ్యాధిగ్రస్తుడని వైద్యులు ప్రకటించారు. ఆసుపత్రిలో చేరాల్సి వచ్చింది. శ్రీ కృష్ణారావు బి. కబీర్ కుమార్తె డా. శారదా కబీర్‌కు చికిత్స బాధ్యతలు అప్పగించారు. అక్కడ వారి మధ్య సాన్నిహిత్యం పెరిగింది. 1948లో వారిద్దరూ కోర్టులో వివాహం చేసుకున్నారు. తన పుస్తకంలో 'డా. అంబేద్కర్ – వ్యక్తిత్వం మరియు రచనలు', డా. ఆర్. జాతవ్ తన వివాహం గురించి వివరణ ఇచ్చారు, ఇది క్రింది విధంగా ఉంది-"ఒక వైపు, డా. అంబేద్కర్ కొత్తగా నిర్మించిన 'రాజ్‌గ్రహ్'లోకి వెళ్లడం పట్ల సంతోషం వ్యక్తం చేశారు. ఇల్లు, మరియు మరోవైపు, అతను తన భార్య మరణించిన బాధను భరించవలసి వచ్చింది. కానీ, బాబా సాహెబ్ తన ఒంటరితనాన్ని తన దురదృష్టంగా భావించలేదు. చదువులో, పుస్తకాలు రాయడంలో మునిగిపోయాడు. పగలు రాత్రి తన సాహిత్య కార్యకలాపాల్లో మునిగితేలుతూ ఉండేవాడు....ఒంటరితనమే అతనికి వరంగా మారింది."ఈ సాధువు లాంటి వ్యక్తి 1935 నుండి 1947 వరకు బ్రహ్మచారి జీవితాన్ని గడిపాడు. కానీ గొప్ప వ్యక్తులు గొప్ప మనస్సు కలిగి ఉంటారు. మళ్లీ పెళ్లి చేసుకోవాలని, అది కూడా తనను సరిగ్గా చూసుకోగలిగిన ఓ లేడీ డాక్టర్‌ని పెళ్లి చేసుకోవాలని వైద్యులు సూచించారు. ఇది అతనికి ప్రయోజనకరంగా ఉంటుంది. అతని వ్యక్తిగత అవసరాలు చూసుకోవడానికి అతని ఇంట్లో ఎవరూ లేరు. డయాబెటిక్‌గా ఉండడంతో రోజు ఇన్సులిన్ ఇంజెక్షన్ చేయాల్సి వచ్చేది. ఇంట్లో ఒక లేడీ డాక్టర్ ఉంటే, అతని సమస్యలు తగ్గుతాయి. ఆసుపత్రిలో అతనికి చికిత్స చేసే మిస్ డాక్టర్ కబీర్ వయస్సు దాదాపు 40 సంవత్సరాలు. డాక్టర్ మావ్లాంకర్ మళ్లీ డాక్టర్ అంబేద్కర్‌కి ఎవరైనా లేడీ డాక్టర్‌ని పెళ్లి చేసుకోవాలని సూచించారు. ఇది మాత్రమే కాదు, అతను మిస్ డాక్టర్ శారదా కబీర్ పేరును కూడా సూచించాడు. డా. అంబేద్కర్‌ను డాక్టర్ శారదా కబీర్ ఆసుపత్రిలో ఒక వారం పాటు చూసుకున్న తీరు చూసి ముగ్ధులయ్యారు. ఆమె తనకు మంచి భార్య అవుతుందని భావించాడు. కొంతమంది డాక్టర్ అంబేద్కర్ అనుచరులు మరియు మద్దతుదారుల ప్రకారం, మిస్ డా. కబీర్ అతనికి భార్య ఎంపిక కాదు, ఎందుకంటే మొదటిది, ఆమె కులపరంగా బ్రాహ్మణురాలు, మరియు రెండవది, ఆమె వయసు పైబడినది. డాక్టర్ అంబేద్కర్ తనను ఎవరు చూసుకుంటారు అని అడిగినప్పుడు, డాక్టర్ గైక్వాడ్ తన బాగోగులు చూసుకోవడానికి తన కోడలిని పంపిస్తానని చెప్పాడు. ఆమె చదువుకున్న మహర్ అమ్మాయి. డాక్టర్ అంబేద్కర్ దీనిని తిరస్కరించారు. డాక్టర్ వి.కె. డాక్టర్ అంబేద్కర్‌తో తన కోడలు పెళ్లి ప్రతిపాదనను కూడా గైక్వాడ్ ఉంచారు. కానీ, డాక్టర్ అంబేద్కర్ అప్పటికే డాక్టర్ శారదా కబీర్‌ను వివాహం చేసుకోవాలని నిర్ణయించుకున్నారు. ఈ ఘటనతో మహారాష్ట్రలో ఉద్రిక్త వాతావరణం నెలకొంది. ఒక అంటరానివాడు బ్రాహ్మణ స్త్రీని పెళ్లి చేసుకోబోతున్నాడు. దీనిపై మహారాష్ట్ర వ్యాప్తంగా నిరసనలు వెల్లువెత్తాయి. పటేల్, నెహ్రూ కూడా ఏమీ చేయలేకపోయారు. ఈ చారిత్రాత్మక వివాహం ముందుగా నిర్ణయించబడింది. డాక్టర్ కబీర్ 11 గంటలకు విమానంలో ఢిల్లీ చేరుకున్నారు. 14 ఏప్రిల్ 1948న, సరిగ్గా మధ్యాహ్నం 2:30 గంటలకు, వారి వివాహ వేడుక జరిగింది. డిప్యూటీ ఢిల్లీ కమిషనర్ శ్రీ రామేశ్వర్ దయాళ్ అక్కడ

రిజిస్ట్రార్‌గా ఉన్నారు.డాక్టర్ అంబేద్కర్ ప్రకారం, అతను ఈ వివాహం వల్ల ఎటువంటి ప్రత్యేక ప్రయోజనం పొందలేదు. కానీ, బదులుగా, అతని శారీరక మరియు మానసిక సమస్యలు మాత్రమే పెరిగాయి. కాలం గడిచేకొద్దీ, అతని ఈ సమస్యలు రాజ్‌గ్రాహ్‌లో 'కొట్లాటలు మరియు గొడవల రూపంలో ప్రతిధ్వనించాయి. శ్రీమతి డాక్టర్ అంబేద్కర్ (డా. కబీర్) డాక్టర్ అంబేద్కర్ అనుచరులకు చికిత్స చేసేవారు. మరియు మద్దతుదారులు కఠినంగా. వారిలో కొందరిని ఆమె ఇంట్లోకి రానివ్వలేదు. వీరిలో మహర్ కులానికి చెందిన బాలుడు సుదాముడు. శ్రీమతి అంబేద్కర్ కూడా అతన్ని దుర్భాషలాడేవారు. డాక్టర్ అంబేద్కర్ ఆ అబ్బాయిని చాలా ప్రేమించేవారు. ఒకరోజు డా. అంబేద్కర్ సహనానికి హద్దులు చెరిగిపోయి ఇలా అన్నాడు శ్రీమతి అంబేద్కర్ "నువ్వు ఇక్కడికి కుంభమేళా చూడడానికి వచ్చావా లేదా చూసావా నా తర్వాత? మీరు నా ఆహారం మరియు ఆహారం చూసుకుంటారని వాగ్దానం చేసారు. కానీ, నేను లేనప్పుడు, మీరు పనికిమాలిన పనులలో మీ సమయాన్ని వృధా చేసుకుంటారు. మీరంతా నన్ను మోసం చేసారు. మీకు చదవడం లేదా రాయడం ఇష్టం లేదు, అలాగే నన్ను చూసుకునే సమయం కూడా మీకు లేదు. నువ్వు ఎంజాయ్ చేయడానికి ఇప్పుడే వచ్చావు." డా.అంబేద్కర్ అకాల మరణానికి కారణం ఆయన వైవాహిక జీవితంలో కల్లోలంగా ఉండటమేనని కొందరు మూగ స్వరంతో అంటున్నారు. రాజ్యాంగంలోని నిబంధనలు బాబా సాహబ్ భీమ్‌రావ్ అంబేద్కర్‌ను రాజ్యాంగ సభ ముసాయిదా కమిటీకి నియమించింది, ఇది 29 ఆగస్టు 1947న ఆయనను ఛైర్మన్‌గా ఎన్నుకుంది. 30 ఆగస్టు 1947న, బాబా సాహబ్ రాజ్యాంగంలో షెడ్యూల్డ్ కులాలు మరియు షెడ్యూల్డ్ తెగల కోసం ఈ అంశాలను చేర్చారు: రాష్ట్రం అందిస్తుంది సమాజంలోని బలహీన వర్గాలు, ముఖ్యంగా షెడ్యూల్డ్ కులాలు మరియు షెడ్యూల్డ్ తెగలు, విద్య మరియు వారి సంరక్షణను చూస్తారు ఆర్థిక హక్కులు మరియు వాటి పురోగతి. రాష్ట్రం కూడా వారిని కాపాడుతుంది దోపిడీ మరియు ఇతర రకాల అన్యాయాలు. విద్య: విద్యాసంస్థల తలుపులు మూసేశారు సామాజిక అన్యాయం, ద్వేషం, అంటరానితనం కారణంగా షెడ్యూల్డ్ కులాలు మరియు తెగలు మరియు వివక్ష. ఆర్టికల్ 29(2)లో కింది నిబంధన చేర్చబడింది: "ప్రభుత్వం నిర్వహించే ఏదైనా విద్యాసంస్థలో లేదా మతం, జాతి, కులం, భాష లేదా వాటిలో దేని ఆధారంగానైనా రాష్ట్ర నిధుల నుండి సహాయం పొందడం ద్వారా ఏ పౌరుడికి ప్రవేశం నిరాకరించబడదు." రిజర్వేషన్: "షెడ్యూల్డ్ కులాల సభ్యుల వాదనలు మరియు షెడ్యూల్డ్ తెగలను స్థిరంగా పరిగణనలోకి తీసుకోవాలి నియామకాల తయారీలో, పరిపాలనా సామర్థ్యాన్ని నిర్వహించడం యూనియన్ లేదా a యొక్క వ్యవహారాలకు సంబంధించి సేవలు మరియు పోస్టులకు రాష్ట్రం (ఆర్టికల్ 335)". రాజ్యాంగంలోని ఆర్టికల్ 330 ద్వారా లోక్‌సభలో మరియు ఆర్టికల్ 332 ద్వారా రాష్ట్ర శాసనసభలలో షెడ్యూల్డ్ కులాలు మరియు తెగలకు సీట్లు రిజర్వ్ చేయబడ్డాయి. ఈ సీట్ల సంఖ్య షెడ్యూల్డ్ కులాలు మరియు తెగల జనాభాకు అనుగుణంగా నిర్ణయించబడింది. సంబంధిత రాష్ట్రాలు. అవకాశాల సమానత్వం: ఆర్టికల్ 15లో, మతం, జాతి, కులం, లింగం, పుట్టిన ప్రదేశం లేదా వీటిలో ఏదైనా ఒకదాని ఆధారంగా వివక్ష చూపడం నిషేధించబడింది.

రాజ్యాంగం అమలులోకి రాకముందు, షెడ్యూల్డ్ కులాలు మరియు తెగల ప్రజలు తమ కులాల కారణంగా వివక్షను అనుభవించాల్సి వచ్చింది. వారి యొక్క ఈ తక్కువ-కులం అని పిలవబడేది వారిని మానవుల కంటే మరింత దిగువకు పడిపోయేలా చేసింది మరియు వారు చాలా సంవత్సరాలు బానిసత్వ సంకెళ్ళలో బంధించబడ్డారు. ఈ కుల వివక్ష ఇప్పుడు చట్టపరంగా అంతం చేయబడింది. షెడ్యూల్డ్ కులాలు మరియు తెగలకు ఇంతకు ముందు లేని సమానత్వం ఇప్పుడు లభించింది. ఆర్టికల్ 16లో, కింది నిబంధన ఉంది: (1) రాష్ట్ర పరిధిలోని ఏదైనా కార్యాలయానికి ఉపాధి లేదా నియామకానికి సంబంధించిన విషయాలలో పౌరులందరికీ సమాన అవకాశం ఉంటుంది. (2) ఏ పౌరుడు కేవలం మతం, జాతి, కులం, లింగం, సంతతి, పుట్టిన ప్రదేశం, నివాసం లేదా వాటిలో దేనినైనా రాష్ట్ర పరిధిలోని ఏదైనా ఉద్యోగానికి లేదా కార్యాలయానికి సంబంధించి అనర్హులుగా లేదా వివక్షకు గురికాకూడదు. పౌరులందరికీ ఆర్టికల్ 19(1) ద్వారా హక్కు ఇవ్వబడింది: (ఎ) వాక్ మరియు భావప్రకటనా స్వేచ్ఛకు; (బి) శాంతియుతంగా మరియు ఆయుధాలు లేకుండా సమావేశమై; (సి) సంఘాలు లేదా సంఘాలను ఏర్పాటు చేయడం; (డి) భారతదేశ భూభాగం అంతటా స్వేచ్ఛగా తరలించడానికి; (ఇ) ఏ ప్రాంతంలోనైనా నివసించడం మరియు స్థిరపడడం భారతదేశ భూభాగం; (ఎఫ్) ఏదైనా వృత్తిని అభ్యసించడం లేదా ఏదైనా వృత్తి, వ్యాపారం లేదా వ్యాపారాన్ని కొనసాగించడం. రాజ్యాంగంలోని ఈ ఆర్టికల్ అమలుకు ముందు షెడ్యూల్డ్ కులాలు మరియు తెగలకు ఈ హక్కులు లేవు. పంజాబ్‌లో, షెడ్యూల్డ్ కులాలు మరియు తెగల ప్రజలకు భూమిని కొనుగోలు చేసే హక్కు లేదు. భారతదేశంలోని అనేక ఇతర రాష్ట్రాలలో కూడా వారిపై అనేక ఆంక్షలు ఉన్నాయి. షెడ్యూల్డ్ కులాలు మరియు తెగల ప్రజలు తమకు నచ్చిన వృత్తిలో మునిగిపోలేరు. వారు మృతదేహాలను తీయడం, చనిపోయిన జంతువుల చర్మాన్ని తీయడం, చెత్తను తీయడం, రోడ్లు శుభ్రం చేయడం, కట్టుదిట్టమైన కార్మికులు మొదలైన ఉద్యోగాలు చేయాల్సి వచ్చింది. ఆర్టికల్ 19 దళితులు-షెడ్యూల్డ్ కులాల కోసం వారి జీవనోపాధి మరియు పురోగతికి కొత్త మార్గాలను తెరిచింది. మరియు షెడ్యూల్డ్ తెగలు. ప్రత్యేక అధికారి నియామకం: ఆర్టికల్ 338 ప్రకారం, రాష్ట్రపతి షెడ్యూల్డ్ కులాలు మరియు తెగల కోసం ప్రత్యేక అధికారిని నియమించే నిబంధనను రూపొందించారు. అంటరానితనం నేరం: రాజ్యాంగంలోని 17వ అధికరణ ద్వారా అంటరానితనానికి ముగింపు పలికారు. అంటరానితనాన్ని ఏదైనా ఉద్యోగానికి అనర్హతగా పరిగణించడం నేరంగా పరిగణించబడింది మరియు చట్టం ప్రకారం శిక్షార్హమైనది. బాండెడ్ లేబర్ ముగిసింది: మానవులలో ట్రాఫిక్ మరియు 'బిచ్చగాడు మరియు ఇతరులు బలవంతపు పని యొక్క సారూప్య రూపాలు నిషేధించబడ్డాయి మరియు ఈ నిబంధన యొక్క ఏదైనా ఉల్లంఘన చట్టం ప్రకారం శిక్షార్హమైన నేరం. దోపిడీకి వ్యతిరేకంగా చట్టం: రాజ్యాంగంలోని ఆర్టికల్ 24 ప్రకారం- "పద్నాలుగు సంవత్సరాల కంటే తక్కువ వయస్సు ఉన్న పిల్లలను ఏ సంస్థలోనైనా పని చేయడానికి నియమించకూడదు కర్మాగారం లేదా గని లేదా మరేదైనా ప్రమాదకర ఉపాధిలో నిమగ్నమై ఉన్నారు." బాబా సాహబ్ అంబేద్కర్ యొక్క అవిశ్రాంత కృషి వల్ల మాత్రమే షెడ్యూల్డ్ కులాలు

మరియు షెడ్యూల్డ్ తెగలు భారతదేశంలోని ఇతర పౌరులతో సమానమైన ప్రాథమిక హక్కులను మరియు రాజ్యాంగంలో అన్ని ఇతర హక్కులను పొందాయి.

దేశం వైపు సేవలు

(1) దేశ స్వాతంత్ర్యం కోసం ఎంతో మంది తమ వంతు సహాయ, త్యాగాలు చేశారు. అయితే, స్వాతంత్ర్య పోరాటంలో బాబా సాహెబ్ భీమ్‌రావ్ అంబేద్కర్ కూడా కృషి చేశారని, అందుకు ఆయన చేసిన కృషి ఏమిటో ఇక్కడ మనం చెప్పదలుచుకున్నాం. బాబా సాహెబ్ భీంరావు అంబేద్కర్ గొప్పవాడు సామ్యవాది, విద్యావేత్త మరియు తత్వవేత్త. అతను తన సమాజం మరియు దేశం పట్ల పూర్తి గౌరవాన్ని కలిగి ఉన్నాడు. బాబా సాహెబ్ దేశానికి నిర్వచనం ఇస్తూ ఉండేవారు "సమాజం మరియు దేశం వంటి పదాలు, అవి కష్టం కానప్పటికీ, వాటికి ఖచ్చితంగా వేర్వేరు అర్థాలు ఉంటాయి. 'నేషన్' అనేది ఒక పదం, కానీ ఇది అనేక సమూహాల వ్యక్తులను కలిగి ఉంటుంది. ఒక తాత్విక కోణం నుండి దృష్ట్యా, ఒక దేశాన్ని ఒక యూనిట్‌గా పరిగణించడం సరైనది, కానీ సామాజిక దృక్కోణం నుండి కాదు, ఎందుకంటే దేశం అనేది అనేక సమూహాల ప్రజల సమాహారం. మనం దేశ స్వాతంత్ర్యానికి వాస్తవ రూపం ఇవ్వాలనుకుంటే , ఆ దేశంలో నివసించే వివిధ తరగతుల ప్రజల స్వాతంత్ర్యం కూడా నిర్వహించబడాలి, ప్రత్యేకించి బానిసలుగా లేదా అణగారిన వర్గాలకు చెందిన వ్యక్తులు." బాబా సాహెబ్ తన మాటలలో జాతీయతను ఇలా వివరించాడు, "ఇది సామూహిక మరియు శాశ్వత భావన, ఇది ఎవరిలో కనిపిస్తుందో, వారు నిజమైన సోదరులు మరియు సోదరీమణులు అని భావించేలా చేస్తుంది." అదే విధంగా, అతను తన మాటలలో జాతీయవాదాన్ని ఇలా వర్ణించాడు, "ఇది ఎవరిలో కనిపిస్తుందో, వారిని ఒకదానితో ఒకటి బంధిస్తుంది మరియు ఇది చాలా బలంగా ఉంది, అన్ని రకాల వివక్షలు పుట్టుకొచ్చాయి. ఆర్థిక పోరాటం లేదా సామాజిక స్థితి దాని ద్వారా తొలగించబడుతుంది." బాబా సాహెబ్ యొక్క రాజకీయ అభిప్రాయాల ప్రకారం, నిజమైన జాతీయవాదానికి అవసరమైన రెండు విషయాలు ఉన్నాయి: (1) దేశ సందర్భంలో, జాతీయవాదం శాశ్వతంగా ఉండదు. (2) అంతర్జాతీయ ప్రాంతంలో, జాతీయవాదం యొక్క ఆధారం మానవజాతి మరియు సంక్షేమం యొక్క పురోగతి, లేకపోతే సంకుచిత జాతీయవాదం పోరాటం మరియు యుద్ధాలకు దారితీస్తుంది. జాతీయవాద భావన: బాబా సాహెబ్ ఈ అంశంపై తన అభిప్రాయాలను ఈ క్రింది విధంగా వ్యక్తం చేశారు. రాజకీయం అనేది కాలానికి సంబంధించినది కాదు, ఎందుకంటే బయటి విషయాలను జోడించి ఐక్యత సాధించలేము. సామాజిక ఐక్యత లేకుండా, రాజకీయ ఐక్యత సాధించడం కష్టం మరియు మనం దానిని సాధించినప్పటికీ, ఇది చిన్న గాలికి నేల నుండి వేరు చేయబడిన ఆ కాలానుగుణ మొక్క వలె ఉంటుంది. బాబా సాహెబ్ దేశభక్తికి నిర్వచనం ఇస్తూ, జాతీయవాదానికి, సాంస్కృతిక మరియు భౌగోళిక ఐక్యత అవసరమని చెప్పారు. బాబా సాహెబ్ దేశభక్తిని ఇలా నిర్వచించారు, "భారతదేశంలో,

తమ తోటి మానవులు మానవులకు సరిపోని జీవితాన్ని గడుపుతున్నారని, కానీ ఎవరి మానవత్వం దీనికి వ్యతిరేకంగా తిరుగుబాటు చేయదని వారి ఓపెన్ కళ్లతో చూసే వారిని దేశభక్తులు మరియు జాతీయవాదులుగా పరిగణిస్తారు. మరియు మహిళలు ఎటువంటి తప్పు లేకుండా వారి ప్రాథమిక మానవ హక్కులను కోల్పోతున్నారు, కానీ ఇప్పటికీ అతని పౌరసత్వం యొక్క భావనమేల్కొని వారికి సహాయం చేయదు. చాలా మందికి ప్రభుత్వ ఉద్యోగాల తలుపులు మూసుకుపోయాయని అతను చూస్తున్నాడు, కానీ ఇప్పటికీ అతని న్యాయం మరియు మంచితనం యొక్క భావన మేల్కొనలేదు. అతను మానవులకు మరియు సమాజానికి బాధ కలిగించే అమానవీయ ప్రవర్తన యొక్క వందల సంఘటనలను చూస్తాడు, కానీ ఈ దుర్మార్గాలు అతనిని అసంతృప్తి మరియు అసంతృప్తిని కలిగించవు. ఇలాంటి దేశభక్తులతో నాకు ఎలాంటి సంబంధం లేనందుకు సంతోషంగా ఉంది. నిజమైన దేశభక్తులు ఒకే రకంగా ఉంటారు మరియు అది వారి వర్గానికి మరింత ఎక్కువ శక్తిని కోరుకుంటుంది." అదే విధంగా, బాబా సాహెబ్ భీమ్‌రావ్ అంబేద్కర్ జైలులో ఉండడాన్ని ఈ క్రింది విధంగా వర్ణించారు: "భారతదేశంలో, జైలులో ఉండటాన్ని పరిగణిస్తారు. త్యాగం యొక్క చర్య. జైలుకు వెళ్లడం దేశభక్తి మాత్రమే కాదు, ధైర్యంగా కూడా పరిగణించబడుతుంది. ఎవరికీ తెలియని వారు చాలా మంది ఉన్నారు మరియు ఎవరి కోసం వారు చెడు స్వభావాలు కలిగి ఉన్నారని చెప్పవచ్చు, వారు రాజకీయాలను చివరి అస్త్రంగా తీసుకున్నారు. అలాంటి వారు చాలా మంది జైలుకు వెళ్లి ఇప్పుడు అమరవీరులుగా మారారు మరియు వారు సంపాదించిన పేరు మరియు కీర్తి అద్భుతమైనది. ఈ రోజుల్లో జైలులో ఉండాలంటే భయపడాల్సిన పనిలేదు. ఇది నిర్బంధం యొక్క ఒక రూపం మాత్రమే. ఈ రోజుల్లో రాజకీయ ఖైదీలను నేరస్తులుగా చూడడం లేదు. వారు ప్రత్యేక వర్గంలో ఉంచబడ్డారు. ఇప్పుడు జైలు జీవితంలో ఎలాంటి బాధలు, అసౌకర్యాలు లేవు, ప్రతిష్టకు నష్టం లేదు, సుఖాలకు లోటు లేదు. జైలులో ఉండడంలో ధైర్యం లేదు.

బ్రిటిష్ పాలనతో పోరాడండి

1930లో లండన్‌లో జరిగిన రౌండ్ టేబుల్ కాన్ఫరెన్స్‌లో, భారత స్వాతంత్ర్య పోరాటంలో మొదటిసారిగా భారతీయులకు భారతదేశ స్వాతంత్ర్యం మరియు దాని భవిష్యత్తు రాజ్యాంగం గురించి ప్రశ్నించే అవకాశం లభించింది. భారత జాతీయ కాంగ్రెస్ మొదటి రౌండ్ టేబుల్ సమావేశాన్ని వ్యతిరేకించింది, కానీ రెండవ రౌండ్ టేబుల్ సమావేశంలో మహాతమా గాంధీని తన ప్రతినిధిగా పంపింది. ఆ సమయంలో, కాంగ్రెస్ మరియు మహాత్మా గాంధీ ఈ సమావేశానికి వెళ్లడానికి ఒక లక్ష్యం కలిగి ఉన్నారు- భారతదేశం ఆధిపత్య రాజ్య హోదా పొందాలి. డొమినియన్ స్టేట్ అంటే ఏమిటి? రాష్ట్ర ప్రభుత్వాల అధికార పగ్గాలు భారతీయుల చేతుల్లోనే ఉంటాయని, కేంద్ర ప్రభుత్వం మాత్రం బ్రిటిష్ వారి

చేతుల్లో ఉంటుందని దీని రాజకీయ అర్థం. కాంగ్రెస్ మరియు గాంధీజీ దీనికి అంగీకరించారు, కానీ బాబా సాహెబ్ భీంరావ్ అంబేద్కర్ కాదు.

దీనిని అంగీకరించడానికి సిద్ధంగా ఉన్నాడు మరియు భారతదేశ రాజకీయ భవిష్యత్తును నిర్ణయించే హక్కును బ్రిటిష్ ప్రభుత్వానికి ఇవ్వడానికి అతను నిరాకరించాడు. 1930 రౌండ్ టేబుల్ కాన్ఫరెన్స్‌లో బ్రిటీష్ ప్రభుత్వాన్ని సవాలు చేస్తూ, బాబా సాహెబ్ భీమ్‌రావ్ అంబేద్కర్ ఇలా అన్నారు, "మనకు బహిరంగంగా అన్యాయాలు జరుగుతున్నాయి మరియు 150 సంవత్సరాలు బ్రిటిష్ పాలన గడిచినా అవి ఇంకా తొలగించబడలేదు. అలాంటిది ఎవరి కోసం? ప్రభుత్వమా?, సంపన్నులు కార్మికులకు మంచి జీతం, మంచి పరిస్థితుల కల్పించడం లేదని, భూస్వాములు సామాన్యుల రక్తాన్ని పీల్చిపిప్పిచేస్తున్నారని తెలిసినా, ఇప్పటికి ఈ ప్రభుత్వం పెట్టలేదు. శతాబ్దాలుగా దళితుల జీవితాలను చుట్టుముట్టిన ఈ సాంఘిక దురాచారాలను అంతం చేయడం.. ఈ సాంఘిక దురాచారాలను అంతం చేసే చట్టపరమైన అధికారం ప్రభుత్వానికి ఉన్నప్పటికీ, ఇప్పటికీ అది సామాజిక మరియు ఆర్థిక రూల్‌బుక్ కోసం నిబంధనలను మార్చలేదు ఎందుకంటే ఇ ఇలా చేయడం వల్ల తమ పాలనకు నిరసనలు వస్తాయని భయపడుతున్నారు.అధికారంలో ఉన్నవారు దేశ శ్రేయస్సు పట్ల విడదీయరాని విధేయత చూపే ఇలాంటి ప్రభుత్వం మనకు కావాలి.అధికారంలో ఉన్నప్పటికీ ప్రజలు ఉన్నటువంటి ప్రభుత్వం కావాలి. విధేయత ఎక్కడ ముగుస్తుందో మరియు నిరసన మొదలవుతుందో తెలుసుకుని, న్యాయం మరియు పురోగతి ప్రయోజనాల కోసం జీవిత సామాజిక మరియు ఆర్థిక నియమాల పుస్తకంలో సవరణలు చేయడానికి భయపడరు. బ్రిటిష్ ప్రభుత్వం ఈ పాత్రను ఎప్పటికీ పోషించదు. కాబట్టి, స్వతంత్ర భారత రాజ్యాంగంలో మాత్రమే మనకు అధికార పదవులు చేపట్టడానికి అవకాశం ఇవ్వబడుతుంది. స్వాతంత్ర్యం లేకుండా, కులతత్వం నుండి మనం విముక్తి పొందలేము. భారతదేశంలో, బ్యూరోక్రసీ స్థానంలో, ప్రజల ప్రభుత్వం ఉండాలి, ప్రజలచే, మరియు ప్రజల కోసం, అంటే కేంద్రంలో, బ్రిటిష్ ప్రభుత్వానికి బదులుగా భారతీయుల ప్రభుత్వం ఉండాలి."1937: ఇక్కడ, తన 'స్వతంత్ర మజ్దూర్ పార్టీ' (స్వతంత్ర వర్కర్స్ పార్టీ), బాబా సాహెబ్ అంబేద్కర్ చెప్పారు, "భారతదేశానికి స్వాతంత్ర్యం తక్షణ అవసరం. ఏ విధంగానూ ఆలస్యం చేయలేము."1938: 29 జనవరి 1939న, రౌండ్ టేబుల్ కాన్ఫరెన్స్ సందర్భంగా, అతను తన ప్రసంగంలో తన డిమాండ్లను పదే పదే చెప్పాడు: "కేంద్రంలో బాధ్యతను గాలికి వదిలేయడం మరియు రాష్ట్రాలలో స్వాతంత్ర్యం ఉండటంలో అర్థం మరియు ప్రయోజనం లేదు. నాకు పూర్తి నమ్మకం ఉంది. కేంద్రంలో (ప్రభుత్వం) బాధ్యత లేకుండా, రాష్ట్రాలలో స్వాతంత్ర్యం కేవలం కంటిచూపు మాత్రమే అవుతుంది. బాబా సాహెబ్ భీంరావు అంబేద్కర్ అనేక సమస్యలపై బ్రిటిష్ ప్రభుత్వంతో పోరాడారు. ఈ పోరాటాలన్నింటినీ బ్రిటీష్ ప్రభుత్వం ప్రచురించిన పుస్తకంలో వివరించబడింది-అధికార బదిలీ".

బాబా సాహబ్ భీమ్‌రావ్ అంబేద్కర్ తన అనేక ప్రసంగాలు మరియు ప్రకటనలలో ఈ భావాలను చాలాసార్లు పునరావృతం చేశారు: "దేశంలో నా పరిస్థితిని పూర్తిగా అర్థం చేసుకోలేదని నాకు తెలుసు. సాధారణంగా, ఇది తప్పుగా అర్థం చేసుకోబడుతుంది. కాబట్టి, నేను నా అభిప్రాయాన్ని స్పష్టంగా చెప్పాలనుకుంటున్నాను. ఈ సందర్భంగా.నా వ్యక్తిగత మంచికి, దేశానికి మంచికి మధ్య గొడవలు వచ్చినప్పుడల్లా దేశ మంచికే ముందుంటాను అని మాత్రమే చెబుతున్నాను.నేను ఎప్పుడూ వ్యక్తిగత సంతృప్తి మార్గాన్ని అవలంబించలేదు..... .దేశం యొక్క మంచి ప్రశ్నకు సంబంధించి, నేను నా కర్తవ్యాన్ని ఎన్నడూ విస్మరించలేదు." ఈ విధంగా, బాబా సాహబ్ భీమ్‌రావ్ అంబేద్కర్ వివిధ వేదికలలో దేశానికి సంపూర్ణ స్వాతంత్ర్యం కోసం డిమాండ్‌ను లేవనెత్తారు మరియు అనేక సందర్భాల్లో బ్రిటిష్ ప్రభుత్వానికి వ్యతిరేకంగా గళం విప్పారు.

ఐక్యత పతాకధారుడు

బాబా సాహబ్ భీమ్‌రావ్ అంబేద్కర్ దేశ ఐక్యత మరియు సమగ్రతకు మద్దతుదారు, ఈ క్రింది ఉదాహరణలు:

(1) బాబా సాహబ్ పాకిస్తాన్ ప్రణాళికపై తన అభిప్రాయాన్ని ఈ విధంగా చెప్పారు: "1939లో, శ్రీ జిన్నా పాకిస్థాన్‌కు అనుకూలంగా సాతాను తీర్మానాన్ని ఆమోదించారు మరియు ముస్లింలను వేరు చేయడానికి ప్రమాదకరమైన మరియు విధ్వంసక విధానానికి రూపురేఖలను సిద్ధం చేశారు. దీనికి కారణం ఏమిటి? ఈ వేర్పాటువాదమా?కారణం లేదు, కానీ ముస్లింలు ప్రత్యేక దేశం, ప్రత్యేక కులం కాదు అనే భావనలో తేడా మాత్రమే ఉంది.ముస్లింలది ఒక జాతి లేదా కులం అని ఈ అంశంపై ఏ వ్యక్తి పోరాడకూడదు. రాజకీయ విభజన సురక్షితమైన మరియు తార్కిక విధానం యొక్క అభివ్యక్తి.కానీ ముస్లింలకు ప్రాతినిధ్యం వహించే ఏకైక సంస్థగా ముస్లింలీగ్‌ని చేయడం వల్ల మిస్టర్ జిన్నా ఏం సాధించారో ముస్లింలు ఆలోచించాలి.ముస్లిం లీగ్ రాజకీయ వ్యూహం వలె ఏదైనా రాజకీయ వ్యూహం తప్పు కాగలదా? లీగ్ మైనారిటీ ముస్లింలకు సహాయం చేయడం ప్రారంభించి, మెజారిటీ ముస్లింల సంక్షేమాన్ని దృష్టిలో ఉంచుకుని, దీనిని నిలిపివేసింది.ముస్లిం లీగ్ యొక్క ప్రాథమిక లక్ష్యాలు ఎలా మారాయి మరియు ముస్లింలీగ్ ఉన్నత స్థాయి నుండి నవ్వే స్థితికి ఎలా పడిపోయింది! హిందూ పాలనతో పోలిస్తే, ప్రత్యేక దేశం ఎంపిక అధ్వాన్నంగా ఉంది.

(2) పాకిస్తాన్ ఏర్పాటు ప్రణాళికను తిరస్కరించిన తరువాత, 1947లో, బాబా సాహబ్ దేశాన్ని ఏకీకృతంగా ఉంచడానికి రెండవ ప్రయత్నం చేసాడు. 1946లో ఏర్పాటైన ఆల్ ఇండియా ముస్లిం లీగ్ రాజ్యాంగ సభ మొదటి సమావేశంలో, బాబా సాహబ్ అంబేద్కర్ భారతదేశ విభజనను నిలిపివేసేందుకు భారత రాజ్యాంగ రూపకల్పనలో తమవంతు సహకారం అందించాలని కోరారు. కమిటీని ఉద్దేశించి బాబా

సాహబ్ ఇలా అన్నారు: "దేశం యొక్క భవిష్యత్తును నిర్ణయించే సమయంలో, పౌరుల కీర్తి, నాయకుల ప్రతిష్ట లేదా రాజకీయ పార్టీల ప్రాముఖ్యతను ఏదీ పరిగణించకూడదు. దేశం యొక్క ప్రతిష్టను మాత్రమే పరిగణించాలి. పరిగణించవచ్చు." అప్పుడు బాబా సాహబ్ ఇంకా ఇలా అంటాడు, "ముస్లిం లీగ్ భారతదేశ విభజన కోసం ఉద్యమం చేసినప్పటికీ, సమైక్య భారతదేశం అందరి ప్రయోజనాల కోసం వారు కూడా గ్రహించే రోజు వస్తుందని చెప్పడానికి నేను ఎటువంటి సందేహం లేదు."

(3) బాబా సాహబ్ భారతదేశ విభజనను నివారించడానికి మరో ప్రయత్నం చేసాడు, దీనిలో అతను బ్రిటిష్ ప్రభుత్వం, హిందువులు మరియు ముస్లింల ముందు ఒక ప్రణాళికను సమర్పించాడు. మూడు పార్టీల సౌలభ్యం కోసం, అతను ఈ ప్రణాళికను బిల్లు రూపంలో సమర్పించాడు, దీని పేరు అతను 'హిందూస్థాన్ ప్రభుత్వ (ప్రాధమిక నిబంధనలు) చట్టాన్ని ఉంచాడు. ఈ బిల్లులో ఆయన ఈ క్రింది అంశాలను సూచించారు. . ప్రభుత్వం ముందుగా నిర్ణయించిన తేదీ మరియు ఆరు లోపు ఉంటే నెలలు, వాయువ్య ఫ్రాంటియర్ ప్రావిన్స్, పంజాబ్, సింధ్ మరియు బెంగాల్ యొక్క మెజారిటీ ముస్లింలు మెజారిటీ ఉన్న ప్రాంతాలను భారతదేశం నుండి వేరు చేయాలని ఈ ప్రతిపాదనను ఆమోదించారు, అప్పుడు బ్రిటీష్ ప్రభుత్వం ముస్లింలు మరియు ముస్లిమేతరుల కోసం ప్రత్యేక ప్రజాభిప్రాయ సేకరణను నిర్వహిస్తుంది. బి. ముస్లిం మెజారిటీ ఉన్న ప్రాంతాలు భారతదేశం నుండి విడిపోవడానికి అనుకూలంగా ఉంటే; మరియు ముస్లిమేతర జనాభా బ్రిటీష్ ఇండియా నుండి విడిపోవడాన్ని వ్యతిరేకిస్తుంది, అప్పుడు ముస్లిం మెజారిటీ ఉన్న ప్రాంతాలను కనుగొనే సరిహద్దు కమిటీని ఏర్పాటు చేస్తారు. అలాంటి ప్రాంతాలను జిల్లాలుగా విభజించనున్నారు. ఈ జిల్లాలను "షెడ్యూల్డ్ జిల్లాలు" అని పిలుస్తారు. పశ్చిమ షెడ్యూల్డ్ జిల్లాలకు పశ్చిమ పాకిస్తాన్ అని, ఉత్తర జిల్లాలకు ఉత్తర పాకిస్తాన్ అని పేరు పెట్టబడుతుంది. సి. షెడ్యూల్డ్ జిల్లాల్లో, తెలుసుకోవడానికి మరో రెఫరెండం నిర్వహించబడుతుంది వారు వెంటనే విడిపోవడానికి అనుకూలంగా ఉంటే. ప్రజాభిప్రాయ సేకరణ కాకపోతే వెంటనే విడిపోవడానికి అనుకూలంగా, అప్పుడు ఒకటి ఉంటుంది . భారతదేశం మరియు పాకిస్తాన్ రెండింటికీ రాజ్యాంగం. రెఫరెండం అనుకూలంగా ఉంటే తక్షణమే విడిపోతే, భారతదేశం మరియు పాకిస్తాన్‌లు రెండు వేర్వేరు రాజ్యాంగాలను కలిగి ఉంటాయి. డి. భారతదేశం మరియు పాకిస్తాన్ మధ్య శాంతియుత సంబంధాలను నెలకొల్పడానికి, ఒక కమిటీని ఏర్పాటు చేస్తారు, దీనిని భారతదేశం మరియు పాకిస్తాన్ లోకసభలు ఎన్నుకుంటాయి. ఇ. ఈ ప్లాన్ తర్వాత 10 సంవత్సరాల వరకు ఎటువంటి మార్పులు ఆమోదించబడవు అమలు.కనీసం పదేళ్లపాటు భారత్, పాకిస్థాన్‌ల మధ్య యూనియన్ ఏర్పడాలన్నది బాబా సాహబ్ ప్రణాళిక. అయితే, 10 ఏళ్ల తర్వాత కూడా, పాకిస్తాన్ ప్రత్యేక దేశం యొక్క ఉద్దేశాన్ని మార్చుకోకపోతే, అది భారతదేశం నుండి పూర్తిగా వేరు చేయబడాలి. పాకిస్తాన్ ఏర్పడిన చాలా సంవత్సరాల తర్వాత, డాక్టర్ రామ్ మనోహర్ లోహియా మరియు శ్రీ జైప్రకాష్ నారాయణ్ మరోసారి

భారతదేశం మరియు పాకిస్తాన్‌ల యూనియన్‌గా చేయాలనే బాబా సాహెబ్ యొక్క ప్రణాళికను పునరుద్ధరించడానికి ప్రయత్నించారు, కానీ అది కూడా అప్పటికి ఆలస్యం.

(4) దేశంలోని పెద్ద, ప్రసిద్ధ నాయకులు మతతత్వం ముందు ఓటమిని అంగీకరించినప్పుడు, బాబా సాహెబ్ అంబేద్కర్ మరోసారి భారతదేశంలో సాధ్యమైనంత ఎక్కువ ప్రాంతాన్ని ఉంచడానికి ప్రయత్నించారు. దీని కోసం, అతను సరిహద్దు కమిటీ ముందు వాస్తవాలను సమర్పించాడు మరియు వీలైనంత ఎక్కువ భూమిని నిలుపుకునేలా ఆంగ్ల ప్రభుత్వంపై ఒత్తిడి తీసుకురావాలని సిక్కులను ప్రేరేపించాడు.

(5) బాబా సాహెబ్ దేశాన్ని ఏకీకృతంగా ఉంచడానికి నిరంతర కృషి చేశారు. కానీ, అతను ఎంత ప్రయత్నించినప్పటికీ పాకిస్తాన్ ఏర్పడినప్పుడు, ప్రజలను (జనాభా) బదిలీ చేయడమే ప్రశ్న వచ్చింది. అప్పుడు బాబా సాహెబ్ భీంరావు ప్రజలను బదిలీ చేయడం, అంటే పాకిస్తాన్ నుండి హిందువులను బదిలీ చేయడం మరియు భారతదేశం నుండి ముస్లింలను బదిలీ చేయడం ప్రభుత్వం శాంతియుత పద్ధతిలో చేయాలని ఒక సూచనను ముందుకు తెచ్చారు. కానీ, కొందరు నాయకులు దీనికి అంగీకరించలేదు, దీని ఫలితంగా మతపరమైన అల్లర్లతో చాలా మంది ఇళ్లు కోల్పోవాల్సి వచ్చింది, వేలాది ఇళ్లు తగలబడ్డాయి, లక్షల మంది ప్రజలు ధ్వంసమయ్యారు, వేలాది మంది యువతులు మరణించారు. అత్యాచారం మరియు వేధింపులకు గురయ్యారు మరియు ఈ మతపరమైన అల్లర్లలో మానవత్వం సిగ్గుపడేంత అమానవీయ దురాగతాలు జరిగాయి; నాయకులందరూ ఈ రాక్షస అల్లర్లను నిస్సహాయంగా చూడటం తప్ప ఏమీ చేయలేకపోయారు. కానీ, బాబా సాహెబ్ అంబేద్కర్ వ్యక్తులను కూడా బదిలీ చేసే విషయంలో గట్టి చర్యలు తీసుకున్నారు. అతనుప్రధానమంత్రికి లేఖ రాసి ఈ మొత్తం అంశాన్ని ప్రజల ముందుకు, పత్రికల ముందుంచారు. అక్కడి నుండి ప్రజలను శాంతియుతంగా మరియు సురక్షితంగా బయటకు తీసుకురావడానికి సైన్యాన్ని పాకిస్తాన్‌కు పంపారు. ఈ పనిలో మహర్ రెజిమెంట్ ప్రశంసనీయమైన పాత్రను పోషించింది. బాబా సాహెబ్ అంబేద్కర్ దేశ ఐక్యత మరియు సమగ్రత కోసం చేసిన కృషి, అతని ప్రతి ప్రయత్నం నుండి, అతని దేశభక్తి భావన స్పష్టంగా కనిపిస్తుంది. అంతే కాకుండా లక్షలాది మందికి భద్రత కల్పించేందుకు ఎవరూ లేనప్పుడు వారికి సాయం చేశాడు. ఆయన చేసిన ఈ కృషిని భారతీయులు ఎప్పటికీ గర్వంగా, గౌరవంగా గుర్తుంచుకుంటారు. భారతదేశంలో రాచరిక రాష్ట్రాల విలీనం బాబా సాహెబ్ సంస్థానాలను భారతదేశంలో విలీనం చేయాలని చాలాసార్లు డిమాండ్ చేశారు.1931: 1931లో, 16 సెప్టెంబర్ 1931న లండన్‌లో జరిగిన రౌండ్ టేబుల్ కాన్ఫరెన్స్ యూనియన్ స్ట్రక్చర్ కమిటీ సమావేశంలో, బాబా సాహెబ్ సంస్థానాల బలహీనమైన పరిపాలనా వ్యవస్థను విమర్శిస్తూ, ఈ రాష్ట్రాల్లో నివసించే ప్రజలకు కూడా ఇవ్వాలని డిమాండ్ చేశారు. ఎన్నికల ద్వారా తమ సొంత ప్రతినిధిని ఎన్నుకునే హక్కు. ఈ సంస్థానాల రాజులు

నిరంకుశంగా పరిపాలన సాగించారని, అందులో తమను తాము అత్యున్నతంగా భావించి తమ ఇష్టానుసారంగా పరిపాలన సాగిస్తున్నారని, ఇది సరికాదని బాబా సాహెబ్ అన్నారు.

వీటన్నింటి కారణంగా బాబా సాహెబ్ భీమ్‌రావ్ అంబేద్కర్ సమావేశంలో బికనీర్ రాజుతో నేరుగా ఘర్షణ పడ్డారు. కానీ, కలత చెందకుండా, సంస్థానాల రాజుల దురాగతాలను బయటపెట్టాడు. 1939: 1939 జనవరి 29న పూనాలోని గోఖలే హాలులో బాబా సాహెబ్ భీంరావు తన ప్రసంగంలో ఇలా అన్నారు, "627 సంస్థానాలలో కేవలం 10 రాష్ట్రాలు మాత్రమే ఉన్నాయి, దీని వార్షిక ఆదాయం కోటి రూపాయల కంటే ఎక్కువ. ఈ 10 రాష్ట్రాల వార్షిక ఆదాయం 2 నుండి 2.15 కోట్ల వరకు ఉంటుంది.ఒక రాష్ట్రం ఆదాయం 3.15 కోట్లు మరియు మరొక రాష్ట్రం 8 కోట్లు. 1 కోటి మరియు 50 లక్షల మధ్య ఆదాయం ఉన్న తొమ్మిది రాచరిక రాష్ట్రాలు ఉన్నాయి. 50 లక్షల నుండి 25 మధ్య ఆదాయం ఉన్న ఇరవై రాష్ట్రాలు ఉన్నాయి. లక్షలు. మూడు రాష్ట్రాల ఆదాయం 10 లక్షల నుంచి 25 లక్షల మధ్య ఉంది. 30 రాష్ట్రాల ఆదాయం 25 జాఖ్‌ల నుంచి 10 లక్షల మధ్య ఉంది. మిగిలిన 565 రాచరిక రాష్ట్రాల ఆదాయం తక్కువ-10 లక్షల రూపాయల కంటే. దీన్ని బట్టి వార్షిక ఆదాయం 10 లక్షల కంటే తక్కువ ఉన్న రాష్ట్రాలు ఎంత చిన్నవో ఊహించలేము కాబట్టి కొన్ని ఉదాహరణలు ఇవ్వబడ్డాయి. ఈ 565 సంస్థానాల నుండి, 500 రూపాయల ఆదాయం మరియు 206 మంది జనాభా కలిగిన ఒక రాష్ట్రం ఉంది. మరొక రాష్ట్ర జనాభా 125 మరియు ఆదాయం 165, మరొక రాష్ట్ర ఆదాయం 136 మరియు జనాభా 147 మంది, మరొక రాష్ట్ర ఆదాయం 80 రూపాయలు మరియు జనాభా 27. ఈ రాచరిక రాష్ట్రాలన్నీ స్వయంప్రతిపత్తి కలిగి ఉన్నాయి. 'క్రమరాహిత్యం' మరియు 'దుష్పరిపాలన' అనే పదాలు ఈ రాచరిక రాష్ట్రాల పరిపాలనకు పూర్తిగా సరిపోతాయి. ఈ రాష్ట్రాల రాజులకు పెన్షన్లు (ప్రైవీ పర్సులు) ఇవ్వాలి మరియు వారి సంస్థానాలను రాష్ట్రాలలో విలీనం చేయాలి. రాజులకు ప్రైవేట్ పర్సులు ఇవ్వాలనే సూచన విప్లవాత్మకమైనది కాదు. రాజులకు పెన్షన్ ఇవ్వడం మరియు వారి సంస్థానాలను రాష్ట్రంలో విలీనం చేయడం చట్టబద్ధమైన పద్ధతి. ఈ ఏర్పాటును వ్యతిరేకించే వారు రాజుకు పరిపాలించే హక్కు అతని పూర్వీకుల హక్కు అని చెబుతారు, అయితే రాజుకు పాలించే హక్కు మరింత ముఖ్యమా లేదా ప్రజల సంక్షేమమా?" 1947: 1947లో, హైదరాబాద్ రాష్ట్ర నిజాంను విమర్శిస్తూ, బాబా సాహెబ్ అంబేద్కర్ ఇలా అన్నారు: "నిజాం యొక్క స్వంత ప్రయోజనాల దృష్ట్యా అతను తన సంస్థానాన్ని భారతదేశంలో విలీనం చేశాడు." నిజాం అలా చేయకుండా సాకులు చెప్పడానికి ప్రయత్నిస్తున్నప్పుడు, బాబా సాహెబ్ భీంరావు షెడ్యూల్డ్ కులాలు మరియు తెగలకు ఒక సూచన చేశారు, "షెడ్యూల్డ్ కులాల నుండి ఎవరూ హైదరాబాదు నిజాం వంటి జాతి శత్రువుకు మద్దతు ఇవ్వకూడదు మరియు మనపై నల్ల మచ్చ వేయకూడదు. సంఘం." బాబా సాహెబ్ భీమ్‌రావ్ అంబేద్కర్ సంస్థానాల పాలకులందరితోనూ అదే వైఖరిని అవలంబించారు మరియు సంస్థానాధీశుల సంస్థలను భారతదేశంలో విలీనం చేయడానికి ఈ క్రింది సూచన ఇచ్చారు- ఈ రాష్ట్రాల పాలకులకు పెన్షన్లు ఇవ్వాలి మరియు వారి రాష్ట్రాలను

భారతదేశంలో విలీనం చేయాలి. . తన వాదనకు మద్దతుగా, "రాజ్యాల పునర్నిర్మాణం ప్రశ్న రాజకీయ ప్రశ్న కాదు, నేను అర్థం చేసుకున్నంతవరకు, ఈ ప్రశ్నకు పరిష్కారం కాదు, ఈ సంస్థానాలలో నివసిస్తున్న లక్షలాది మంది ప్రజలను శిక్షించడం. శాశ్వత అభద్రత మరియు దయనీయ స్థితిలో జీవిస్తున్న రాష్ట్రాలు. నేను సూచించిన పద్ధతి విప్లవాత్మకమైనది కాదు. రాజులకు పెన్షన్ ఇవ్వడం మరియు వారి రాష్ట్రాలను భారతదేశంలో కలపడం చట్టబద్ధమైన పద్ధతి." బాబా సాహెబ్ సూచన మేరకు, భారతదేశంలోని అన్ని సంస్థానాల రాజులకు ప్రైవేట్ పర్సులు ఇవ్వబడ్డాయి మరియు వారి రాష్ట్రాలు భారతదేశంలో విలీనం చేయబడ్డాయి. లక్షలాది మందిని బానిసత్వం నుండి విముక్తి చేయడానికి బాబా సాహెబ్ చేసిన పని నుండి రాజుల గురించి మరియు వందలాది సంస్థానాలను భారతదేశంలో విలీనం చేయడంలో, బాబా సాహెబ్ భారతదేశ ఐక్యత గురించి ఆలోచించడమే కాకుండా, వాస్తవానికి దానిని అమలు చేయడానికి సూచనలు కూడా చేశారని దీని నుండి స్పష్టమవుతుంది. తన మాటల ద్వారా, చేష్టల ద్వారా రెండు విధాలుగా దేశ సమైక్యతను, సమగ్రతను తన కంటే ఎక్కువగా కోరుకునే వారు ఉండరని, ఆ దిశగా పూర్తి అంకితభావంతో పని చేసేవారు ఉండరని చూపించారు.

దేశం వైపు సేవలు (2)

"రాజ్యాంగం యొక్క లక్ష్యం పాలక వర్గాన్ని అధికారం నుండి తొలగించడం మరియు అది శాశ్వతంగా పాలకవర్గంగా ఉండకుండా ఆపడం." భిన్న మతాలు, వేలాది కులాలు, ఉపకులాలు, భిన్న సిద్ధాంతాలు కలిగిన అనేక రాజకీయ పార్టీలు ఉన్న భారతదేశం వంటి పెద్ద దేశంలో రాజ్యాంగాన్ని రూపొందించడం అంత తేలికైన పని కాదు. రాజ్యాంగాన్ని రూపొందించడానికి అనేక ప్రయత్నాలు జరిగాయి. 1927లో, మొదటి రాజ్యాంగం రూపొందించబడింది, దీని పేరు 'నెహ్రూ రాజ్యాంగం', కానీ ఇది ఆమోదించబడలేదు. దీని తర్వాత, 1930లో లండన్‌లో జరిగిన రౌండ్ టేబుల్ సమావేశంలో భారతీయులకు అవకాశం లభించింది, అయితే వారి మధ్య విభేదాల కారణంగా, వారు సఫలం కాలేదు.ఆ తర్వాత రాజ్యాంగాన్ని రూపొందించడానికి స్టాఫ్ కమిటీ మరో ప్రయత్నం చేసింది, కానీ ఈ ప్రయత్నం కూడా విఫలమైంది.భారత రాజ్యాంగాన్ని రూపొందించడం అంత తేలికైన పని కాదు.అప్పుడు బాబా సాహెబ్ భారత రాజ్యాంగాన్ని రూపొందించే సవాలును స్వీకరించారు. బాబా సాహెబ్ రాజ్యాంగాన్ని రూపొందించడమే కాకుండా, రాజ్యాంగాన్ని పార్లమెంటు ఆమోదించి 114 రోజుల్లోనే అమలులోకి తెచ్చారు.ప్రధాన వాస్తుశిల్పి: బాబా సాహెబ్ అంబేద్కర్ 20 జూలై 1946న బెంగాల్ లెజిస్లేటివ్ కౌన్సిల్ నుండి రాజ్యాంగ సభ సభ్యునిగా ఎన్నికయ్యారు. అతను 29 ఆగస్టు 1947న రాజ్యాంగ ముసాయిదా కమిటీకి ఛైర్మన్‌గా ఎన్నికయ్యాడు. ఈ కమిటీలో ఏడుగురు సభ్యులు ఉన్నారు. బాబా సాహెబ్ అంబేద్కర్‌తో పాటు ఇతర సభ్యులు అల్లాడి కృష్ణ స్వామి, ఎన్. గోపాల్ స్వామి అయ్యంగార్, కె.ఎం. మున్షీ, బి.ఎల్. మిశ్రా, డి.పి. ఖైతాన్, సయ్యద్ మహమ్మద్ సాహుల్లా. రాజ్యాంగాన్ని రూపొందించే పని

మొదలు కాకముందే బాబా సాహెబ్‌కు సమస్యలు మొదలయ్యాయి. ఒక సభ్యుడు, B.L. మిశ్రా, 13 అక్టోబర్ 1947న రాజీనామా చేశారు. అతని స్థానంలో ఎన్. మాధవరావు ఉన్నారు. చేర్చబడింది. ఒక సభ్యుడు మరణించాడు, కానీ అతని స్థానం ఖాళీగా ఉంచబడింది; మరొక సభ్యుడు విదేశాలకు వెళ్లాడు, అతని స్థానం కూడా ఖాళీగా ఉంది. మరొక సభ్యుడు తన రాష్ట్ర పనిలో బిజీగా ఉన్నారు, కొంతమంది సభ్యులు ఢిల్లీకి దూరంగా ఉన్నారు, కొంతమంది సభ్యుల ఆరోగ్య కారణాల వల్ల చేర్చబడలేదు. తత్ఫలితంగా, రాజ్యాంగాన్ని రూపొందించే బాధ్యత అంతా బాబా సాహెబ్ అంబేద్కర్ భుజాలపైకి వచ్చింది మరియు అతను ఈ పనిని చాలా ప్రశంసనీయమైన రీతిలో చేసాడు, ఈ రోజు దేశం మొత్తం ఆయనకు కృతజ్ఞతలు తెలుపుతుంది.

బాబా సాహెబ్ తన భావజాలం ప్రకారం రాజ్యాంగాన్ని రూపొందించలేకపోయినా, సమాజంలో సామాజిక మరియు ఆర్థిక సమానత్వం నెలకొల్పే విధంగా రాజ్యాంగాన్ని తయారుచేశాడు. రాజ్యాంగంలోని కొన్ని భాగాలు . బాబా సాహెబ్ అంబేద్కర్ రాజ్యాంగం అమలుతో భారతదేశంలో కొత్త శకానికి నాంది పలికారు. యొక్క మొదటి అధ్యాయం రాజ్యాంగం ప్రాథమిక హక్కులకు సంబంధించింది. ఇది క్రింది విధంగా ఉంది:

ప్రాథమిక హక్కులకు విరుద్ధంగా లేదా కించపరిచే చట్టాలు-

భారతదేశం యొక్క భూభాగంలో అమలులో ఉన్న అన్ని చట్టాలు వెంటనే ముందు ఈ రాజ్యాంగం యొక్క ప్రారంభం, అవి అస్థిరంగా ఉన్నంతవరకు ఈ భాగం యొక్క నిబంధనలతో, అటువంటి అస్థిరత మేరకు, చెల్లదు.

1. రాష్ట్రాన్ని తీసివేసే లేదా సంక్షిప్తీకరించే ఏ చట్టాన్ని చేయకూడదు ఈ భాగం ద్వారా అందించబడిన హక్కులు మరియు దీనికి విరుద్ధంగా చేసిన ఏదైనా చట్టం నిబంధన, ఉల్లంఘన మేరకు, చెల్లదు.
2. ఈ ఆర్టికల్‌లో, సందర్భం వేరే విధంగా అవసరమైతే తప్ప- "చట్టం"లో ఏదైనా ఆర్డినెన్స్, ఆర్డర్, బై-లా, రూల్, రెగ్యులేషన్, నోటిఫికేషన్, కస్టమ్ లేదా వినియోగం భారత భూభాగంలో ఉంది చట్టం యొక్క శక్తి; బి. "అమలులో ఉన్న చట్టాలు" ఈ రాజ్యాంగం ప్రారంభానికి ముందు భారత భూభాగంలో శాసనసభ లేదా ఇతర సమర్థ అధికారం ద్వారా ఆమోదించబడిన లేదా చేసిన చట్టాలను కలిగి ఉంటుంది మరియు గతంలో రద్దు చేయబడలేదు, అయినప్పటికీ అటువంటి చట్టం లేదా దానిలోని ఏదైనా భాగం అమలులో ఉండకపోవచ్చు. అన్ని లేదా నిర్దిష్ట ప్రాంతాల్లో పై నిబంధన బాబా సాహెబ్ అంబేద్కర్ ప్రారంభించిన విప్లవానికి ఆధారం. వివక్షకు ముగింపు: భారతదేశ భూభాగంలో చట్టం

ముందు సమానత్వాన్ని లేదా చట్టాల సమాన రక్షణను రాష్ట్రం ఏ వ్యక్తికి నిరాకరించదు. ఆర్టికల్ 15లో, కింది పదాలలో మరింత కఠినమైన నిబంధన చేయబడింది:

మతం, జాతి, కులం, లింగం, జన్మస్థలం లేదా వాటిలో దేని ఆధారంగానైనా రాష్ట్రం ఏ పౌరుడిపైనా వివక్ష చూపకూడదు.ఏ పౌరుడూ, కేవలం మతం, జాతి, కులం, లింగం, పుట్టిన ప్రదేశం లేదా వాటిలో దేని ఆధారంగా అయినా ఏదైనా వైకల్యం, బాధ్యత, పరిమితి లేదా షరతులకు లోబడి ఉండకూడదు- దుకాణాలు, పబ్లిక్ రెస్టారెంట్లు, హోటళ్లు మరియు వినోద ప్రదేశాలకు ప్రాప్యత; (బి) బావులు, ట్యాంకులు, స్నాన ఘాట్‌లు, రోడ్లు మరియు పబ్లిక్ రిసార్ట్ స్థలాలను పూర్తిగా లేదా పాక్షికంగా రాష్ట్ర నిధుల నుండి నిర్వహించడం లేదా సాధారణ ప్రజల వినియోగానికి అంకితం చేయడం. పీఠిక: రాజ్యాంగ ప్రవేశిక క్రింది విధంగా ఉంది: మేము, భారతదేశ ప్రజలు, భారతదేశాన్ని ఒక సార్వభౌమ సోషలిస్ట్ లౌకిక ప్రజాస్వామ్య దేశంగా ఏర్పాటు చేయాలని గంభీరంగా నిర్ణయించుకున్నాము రిపబ్లిక్ మరియు దాని పౌరులందరికీ భద్రత కల్పించడానికి: న్యాయం, సామాజిక, ఆర్థిక మరియు రాజకీయ;ఆలోచన, వ్యక్తీకరణ, నమ్మకం, విశ్వాసం మరియు ఆరాధన యొక్క స్వేచ్ఛ; హోదా మరియు అవకాశాల సమానత్వం; మరియు అందరి మధ్య ప్రచారం చేయడానికి సౌభ్రాతృత్వం వ్యక్తి యొక్క గౌరవాన్ని మరియు దేశం యొక్క ఐక్యత మరియు సమగ్రతకు భరోసా ఇస్తుంది, నవంబర్ 1949, ఈ ఇరవై ఆరవ తేదీన మన రాజ్యాంగ అసెంబ్లీలో, ఈ రాజ్యాంగాన్ని ఆమోదించి, అమలు చేసి, మనకే ఇవ్వండి. సమాన హక్కులు: రాజ్యాంగంలో భారతీయులందరికీ సమాన హక్కులు కల్పించబడ్డాయి ప్రాథమిక హక్కులు సామాజిక ప్రజాస్వామ్యం: భారత రాజ్యాంగం యొక్క అతి పెద్ద ప్రత్యేకత ఏమిటంటే, ఇందులో రాజకీయ సమానత్వం మరియు ఆర్థిక ప్రజాస్వామ్యాన్ని అమలు చేయడమే లక్ష్యంగా ఉన్న సామాజిక ప్రజాస్వామ్యం యొక్క లక్ష్యం నిర్వచించబడింది. ఈ లక్ష్యాన్ని నెరవేర్చడానికి, డా. అంబేద్కర్ ఈ క్రింది విధంగా ఉన్న 'డైరెక్టివ్ ప్రిన్సిపల్స్ ఆఫ్ స్టేట్ పాలసీ'ని చేర్చారు:

రాష్ట్ర విధాన నిర్దేశక సూత్రాలు

ఆర్టికల్ 36: ఈ భాగంలో, సందర్భం అవసరమైతే తప్ప, "రాష్ట్రం" అనేది పార్ట్ IIIలో ఉన్న అదే అర్థాన్ని కలిగి ఉంటుంది.

ఆర్టికల్ 37: ఈ పార్ట్-దిలో ఉన్న సూత్రాల అలన్వయ ఈ భాగంలో ఉన్న నిబంధనలు ఏ న్యాయస్థానంచే అమలు చేయబడవు, అయితే అందులో నిర్దేశించిన సూత్రాలు దేశ పాలనలో ప్రాథమికమైనవి మరియు చట్టాలను రూపొందించడంలో ఈ సూత్రాలను వర్తింపజేయడం రాష్ట్ర విధి.

ఆర్టికల్ 38: సంక్షేమాన్ని ప్రోత్సహించడానికి ఒక సామాజిక క్రమాన్ని పొందేందుకు రాష్ట్రం ప్రజలు. ద్వారా ప్రజల సంక్షేమాన్ని ప్రోత్సహించేందుకు రాష్ట్రం కృషి చేస్తుంది భద్రపరచడం మరియు రక్షించడం

అనేది ఒక సామాజిక క్రమాన్ని ప్రభావవంతంగా చేయడం న్యాయం, సామాజిక, ఆర్థిక మరియు రాజకీయ, అన్ని సంస్థలకు తెలియజేయాలి జాతీయ జీవితం.

ఆర్టికల్ 39: రాష్ట్రం అనుసరించాల్సిన కొన్ని విధానాల సూత్రాలు. రాష్ట్రం, ప్రత్యేకించి, భద్రత కోసం దాని విధానాన్ని నిర్దేశిస్తుంది- ఒక పౌరులు, పురుషులు మరియు మహిళలు సమానంగా, ఒక హక్కు జీవనోపాధి యొక్క తగినంత అర్థం; బి. యొక్క భౌతిక వనరుల యాజమాన్యం మరియు నియంత్రణ ఉమ్మడి మేలు కోసం సమాజం ఉత్తమంగా పంపిణీ చేయబడింది, ఉదా. ఆర్థిక వ్యవస్థ యొక్క ఆపరేషన్ సాధారణ నష్టానికి సంపద మరియు ఉత్పత్తి సాధనాల కేంద్రీకరణకు దారితీయదు; డి. పురుషులు మరియు మహిళలు ఇద్దరికీ సమాన పనికి సమాన వేతనం ఉందని; ఇ. కార్మికులు, పురుషులు మరియు స్త్రీల ఆరోగ్యం మరియు బలం మరియు పిల్లల లేత వయస్సు దుర్వినియోగం చేయబడదని మరియు పౌరులు వారి వయస్సు లేదా శక్తికి సరిపోని వృత్తిలో ప్రవేశించడానికి ఆర్థిక అవసరం కారణంగా బలవంతం చేయబడరని;

f. పిల్లలు ఆరోగ్యంగా మరియు స్వేచ్ఛ మరియు గౌరవ పరిస్థితులలో అభివృద్ధి చెందడానికి అవకాశాలు మరియు సౌకర్యాలు ఇవ్వబడ్డాయి మరియు బాల్యం మరియు యువత దోపిడీకి వ్యతిరేకంగా మరియు నైతిక మరియు భౌతిక పరిత్యాగానికి వ్యతిరేకంగా రక్షించబడుతున్నాయి.

ఆర్టికల్ 40: గ్రామ పంచాయతీలను నిర్వహించేందుకు రాష్ట్రం చర్యలు తీసుకోవాలి ఎనేబుల్ చేయడానికి అవసరమైన అధికారాలు మరియు అధికారాన్ని వారికి ఇవ్వండి అవి స్వపరిపాలన యూనిట్లుగా పనిచేస్తాయి.

ఆర్టికల్ 41: రాష్ట్రం తన ఆర్థిక సామర్థ్యం మరియు అభివృద్ధి యొక్క పరిమితుల్లో, నిరుద్యోగం, వృద్ధాప్యం, అనారోగ్యం మరియు అంగవైకల్యం మరియు ఇతర సందర్భాల్లో పని చేసే హక్కు, విద్య మరియు ప్రజా సహాయం కోసం సమర్థవంతమైన ఏర్పాటు చేస్తుంది. అర్హత లేని కోరిక.

ఆర్టికల్ 43: తగిన చట్టం లేదా ఆర్థిక సంస్థ ద్వారా లేదా మరే ఇతర మార్గంలోనైనా, వ్యవసాయ, పారిశ్రామిక లేదా ఇతరత్రా కార్మికులందరికీ, పని, జీవన వేతనం, పని పరిస్థితులు సరియైన జీవన ప్రమాణాలు మరియు పూర్తి ఆనందాన్ని నిర్ధారించడానికి రాష్ట్రం ప్రయత్నిస్తుంది. విశ్రాంతి మరియు సాంఘిక మరియు సాంస్కృతిక అవకాశాలను మరియు ముఖ్యంగా, రాష్ట్రం ప్రోత్సహించడానికి ప్రయత్నిస్తుంది గ్రామీణ ప్రాంతాల్లో వ్యక్తిగత లేదా సహకార ప్రాతిపదికన కుటీర పరిశ్రమలు. ఆర్టికల్ 44: పౌరులకు యూనిఫాంను అందించడానికి రాష్ట్రం ప్రయత్నిస్తుందిభారతదేశ భూభాగం అంతటా సివిల్ కోడ్.

ఆర్టికల్ 45: ఈ రాజ్యాంగం ప్రారంభమైనప్పటి నుండి పదేళ్ల వ్యవధిలో, పిల్లలందరికీ పద్నాలుగు సంవత్సరాల వయస్సు పూర్తయ్యే వరకు ఉచిత మరియు నిర్బంధ విద్యను అందించడానికి రాష్ట్రం ప్రయత్నిస్తుంది.

ఆర్టికల్ 46: రాష్ట్రం బలహీన వర్గాల ప్రజల విద్యా మరియు ఆర్థిక ప్రయోజనాలను ప్రత్యేక శ్రద్ధతో ప్రోత్సహిస్తుంది మరియు ముఖ్యంగా షెడ్యూల్డ్ కులాలు మరియు షెడ్యూల్డ్ తెగల వారిని సామాజిక అన్యాయం మరియు అన్ని రకాల దోపిడీల నుండి కాపాడుతుంది.

ఆర్టికల్ 47: రాష్ట్రం తన ప్రజల పోషకాహార స్థాయిని మరియు జీవన ప్రమాణాలను పెంచడం మరియు ప్రజారోగ్యాన్ని మెరుగుపరచడం తన ప్రాథమిక విధులుగా పరిగణించాలి మరియు ప్రత్యేకించి, మినహా వినియోగ నిషేధాన్ని తీసుకురావడానికి రాష్ట్రం ప్రయత్నిస్తుంది. మత్తు పానీయాలు మరియు ఆరోగ్యానికి హాని కలిగించే ఔషధాల ఔషధ ప్రయోజనాల కోసం

ఆర్టికల్ 48: రాష్ట్రం వ్యవసాయం మరియు పశుపోషణను ఆధునిక మరియు శాస్త్రీయ పద్ధతిలో నిర్వహించడానికి ప్రయత్నిస్తుంది మరియు ప్రత్యేకించి, జాతులను సంరక్షించడానికి మరియు మెరుగుపరచడానికి మరియు ఆవులు మరియు దూడలను మరియు ఇతర పాలు మరియు కరడు పశువులను వధించడాన్ని నిషేధించడానికి చర్యలు తీసుకోవాలి.

ఆర్టికల్ 50: న్యాయవ్యవస్థ నుండి వేరు చేయడానికి రాష్ట్రం చర్యలు తీసుకుంటుంది రాష్ట్ర ప్రభుత్వ సేవల్లో కార్యనిర్వాహకుడు. ఆదేశాన్ని వివరిస్తున్నారు రాష్ట్ర విధానం యొక్క సూత్రాలు, మరియు సభ్యుల సందేహాలను తొలగించడం రాజ్యాంగ సభ, డాక్టర్ అంబేద్కర్ తన రెండు గ్రంథాలలో ఈ క్రింది విధంగా చెప్పారు

ప్రసంగాలు:

మార్గదర్శకత్వం మాత్రమే: సాధారణంగా, ఆదేశిక సూత్రాలు మాత్రమే అని చెబుతారు మార్గదర్శకత్వం కోసం మరియు వారికి ఎటువంటి చట్టపరమైన స్థితి లేదు ఎందుకంటే ప్రభుత్వం వాటిని అమలు చేయకపోతే, దానిని కోర్టులో సవాలు చేయలేరు. ఈ విమర్శకు డాక్టర్ అంబేద్కర్ ఈ విధంగా సమాధానమిచ్చారు: వ్రాతపూర్వక సూచనలు: రాజ్యాంగంలో, ప్రాథమిక హక్కుల తర్వాత, ఆదేశిక సూత్రాలు వస్తాయి. ఇది పార్లమెంటరీ ప్రజాస్వామ్య రాజ్యాంగంలోని ప్రత్యేక లక్షణం. ఈ రకమైన ఆదేశిక సూత్రాలు ఐర్లాండ్ (ఐరిష్ ఫ్రీ స్టేట్) రాజ్యాంగంలో మాత్రమే ఉన్నాయి. ఇవి ఆదేశిక సూత్రాలు విమర్శించబడ్డాయి. ఈ సూత్రాలు అని చెప్పబడింది నైతిక ప్రకటనలు తప్ప మరేమీ లేదు. వారికి బంధించే శక్తి లేదు.ఈ విమర్శ పూర్తిగా తప్పు. ఆదేశిక సూత్రాల వెనుక ఎలాంటి చట్టపరమైన శక్తి

లేదని చెప్పారు. నేను ఈ వాస్తవాన్ని పూర్తిగా అంగీకరిస్తున్నాను, కానీ దీనికి బంధన శక్తి లేదని నేను అంగీకరించడానికి ఇష్టపడను మరియు చట్టపరంగా కూడా ఇందులో ఎటువంటి బంధన శక్తి లేదని నేను అంగీకరించను, కాబట్టి అవి పూర్తిగా పనికిరానివి.

ఆదేశిక సూత్రాలు భారతదేశంలోని గవర్నర్-జనరల్ కాలనీలు మరియు రాష్ట్రాలకు 1935 చట్టం ప్రకారం బ్రిటిష్ ప్రభుత్వం ఇచ్చిన సూచనల లాంటివి. రాజ్యాంగంలో, రాష్ట్రపతి మరియు గవర్నర్‌లకు ఇలాంటి ఆదేశాలు ఇవ్వాలనే నిబంధన ఉంచబడింది. ఈ సూచనల అంశం రాజ్యాంగంలోని నాల్గవ షెడ్యూల్‌లో చేర్చబడుతుంది. వ్రాతపూర్వక సూచనల యొక్క మరొక పేరు డైరెక్టివ్ ప్రిన్సిపల్స్. నా దృష్టిలో, ఈ ఆలోచన ప్రశంసనీయమైనది. శాంతిభద్రతలను, సుపరిపాలనను నెలకొల్పడానికి అధికారం ఎక్కడ ఇవ్వబడిందో, ఆ అధికారాన్ని సద్వినియోగం చేసుకోవడానికి కొన్ని సూచనలు తప్పనిసరి. పరిమితుల్లో. పైన పేర్కొన్న సూచనలు మరొక కారణం వల్ల కూడా రాజ్యాంగంలో సముచితమని చెప్పవచ్చు. రాజ్యాంగం యొక్క లక్ష్యం దేశ ప్రభుత్వానికి వనరులను సేకరించడం. కొన్ని దేశాల్లో జరిగినట్లుగా ఫలానా పార్టీకి అధికారం దక్కడం కాదు దీని పని. ఎవరు తన చేతుల్లో అధికార పగ్గాలు తీసుకుంటారు; పౌరులు దీనిని నిర్ణయిస్తారు. ఈ విధానం విజయవంతం కావాలంటే, ఏ పార్టీ అధికారంలో ఉన్నప్పటికీ, అసమంజసంగా వ్యవహరించదు మరియు దాని అధికారాలను ఉపయోగించుకునే సమయంలో, ఆదేశిక సూత్రాలు ఇచ్చిన సలహా ప్రకారం నడుచుకోవాలి. వీటిని విస్మరించలేము. ఈ ఆదేశిక సూత్రాలను బేఖాతరు చేస్తే, అతను కోర్టుకు సమాధానం చెప్పాల్సిన అవసరం లేదు, కానీ ఎన్నికల సమయంలో అతను ప్రజలకు జవాబుదారీగా ఉంటాడు. సరైన రకం వ్యక్తులు అధికారంలోకి రావడానికి ప్రయత్నించినప్పుడు ఈ ఆదేశిక సూత్రాలకు ఎంత విలువ ఉందో తెలుస్తుంది. ఈ ఆదేశిక సూత్రాలు కేవలం మంచి ప్రకటనలు మాత్రమే కాదు. రాజ్యాంగ సభ ఉద్దేశ్యం ఏమిటంటే, శాసనసభ మరియు పరిపాలన ఈ సూత్రాలకు కేవలం పెదవి విప్పడం లేదు, అయితే ఈ సూత్రాలు పరిపాలన మరియు శాసనసభ యొక్క అన్ని చర్యలు మరియు చట్టాలకు ఆధారం.పౌరుల హక్కు: బాబా సాహబ్ అంబేద్కర్ రాజ్యాంగ పరిషత్ సమావేశంలో చెప్పారు. "కొత్త రాజ్యాంగం అమలులోకి వచ్చిన తర్వాత పరిస్థితి దిగజారితే, రాజ్యాంగం చెడ్డదని లేదా తప్పు అని భావించకూడదు. కానీ, రాజ్యాంగాన్ని ఉపయోగించిన వ్యక్తి యొక్క స్వభావం తప్పు అని మరియు రాజ్యాంగం లేనప్పుడు అది తప్పు అని ఊహించాలి. ఆర్థిక మరియు సామాజిక లక్ష్యాలను సాధించడానికి మార్గం మిగిలి ఉంది, అప్పుడు రాజ్యాంగేతర మార్గాలను ఉపయోగించడం ద్వారా ఆర్థిక మరియు సామాజిక లక్ష్యాలను సాధించడం సముచితం, కానీ కొంత వరకు మాత్రమే. ఎప్పుడు, ఎలాంటి ఆర్థిక ప్రజాస్వామ్యాన్ని ఏర్పాటు చేయాలనుకుంటున్నారో నిర్ణయించుకోవడం ప్రజల హక్కు. బాబా సాహబ్ వారికి కొన్ని సూచనలు మరియు హెచ్చరికలు చేశారు.సూచనలు: తన ప్రత్యర్థులకు సమాధానమిస్తూ, అమెరికాకు చెందిన గొప్ప రాజకీయ నాయకుడు జెఫర్సన్ ఇలా అన్నాడు: "ప్రతి

తరం ఒక ప్రత్యేక దేశం లాంటిది, దాని స్వంత కలలు మరియు ఆకాంక్షలు ఉన్నాయి. నిన్నటి నిర్ణయాలు నేటికి సంబంధించినవి కావు మరియు తీసుకున్న నిర్ణయాలు కూడా సరిపోవు. మన పూర్వీకులు అనుసరించిన మార్గాన్ని మనం అంగీకరిస్తే, ఈ రోజు భవిష్యత్ తరాల మీద విధించబడుతుంది

5. పరిశ్రమలు, భీమా సంస్థలు మరియు వ్యవసాయ భూమిని వారు ఎవరికి చెందిన వ్యక్తుల నుండి మరియు వారి వద్ద తనఖాగా ఉంచుకున్నారో వారికి వారి ప్రకారం సేల్ డీడ్ రూపంలో పరిహారం ఇవ్వడం ద్వారా రాష్ట్రం తన నియంత్రణలోకి తీసుకుంటుంది. ఆస్తిలో హక్కు. ఈ సేల్ డీడ్ లేదా లోన్ అగ్రిమెంట్ విలువను నిర్ణయించే సమయంలో, ప్రతికూల సమయంలో స్వాధీనం చేసుకున్న ఆస్తి విలువ, సంపాదించని ఆస్తి లేదా అవసరమైన అభ్యర్థన పరిగణించబడదు.

6. సేల్ డీడ్ కలిగి ఉన్న వ్యక్తులు నగదు పరిహారం కోసం ఎలా మరియు ఎప్పుడు అర్హులు అవుతారో రాష్ట్రం నిర్ణయిస్తుంది.

7. సేల్ డీడ్ బదిలీ చేయదగిన మరియు వారసత్వ ఆస్తిగా ఉంటుంది. కానీ,సేల్ డీడ్ ఉన్న వ్యక్తికి లేదా ఏ వ్యక్తి నుండి సేల్ డీడ్ పొందిన వ్యక్తికి లేదా అతని వారసుడికి భూమిని తిరిగి ఇవ్వమని అడిగే హక్కు ఉండదు, లేదా రాష్ట్రం స్వాధీనం చేసుకున్న పరిశ్రమపై ఆసక్తి లేదా హక్కు ఉంటుంది. దాన్ని తనిఖీ చేయడం లేదా దానిపై ఏదైనా విచారణ జరపడం. 8. సేల్ డీడ్ కలిగి ఉన్న వ్యక్తికి అతని సేల్ డీడ్‌పై వడ్డీకి టైటిల్ ఉంటుంది. వడ్డీ రేటు చట్టం ద్వారా నిర్ణయించబడుతుంది మరియు రాష్ట్రం నిర్ణయించబడుతుంది దీన్ని నగదు రూపంలో లేదా తగినదిగా భావించే రూపంలో చెల్లించండి. వ్యవసాయ పరిశ్రమ కింది వాటి ఆధారంగా నిర్వహించబడుతుంది

1. ముందుగా నిర్ణయించిన కొలత ప్రమాణం ఆధారంగా రాష్ట్రం మొత్తం వ్యవసాయ భూమిని పొలాలుగా విభజిస్తుంది. గ్రామాల్లోని వివిధ కుటుంబాలకు చెందిన వ్యక్తుల సమూహాలకు ఈ పొలాలు ఇవ్వబడతాయి కింది నిబంధనలపై కార్మికులు: . సామూహిక పద్ధతిలో పొలాల్లో వ్యవసాయం చేయనున్నారు. బి. పొలాల పనులు రాష్ట్ర చట్టాల ప్రకారం జరుగుతాయి సి. పొలం ఖర్చులు తీసివేసిన తర్వాత ఎంత లాభం మిగిలితే అది రైతులకు సమానంగా పంచుతారు.

2. భూస్వామి, వ్యవసాయం చేయడానికి భూమిని కౌలుకు తీసుకునే వ్యక్తి, భూమి లేని రైతు ఎవరూ ఉండని విధంగా కుల, మతాల ప్రాతిపదికన ఎలాంటి వివక్ష లేకుండా గ్రామీణ ప్రజల మధ్య భూమిని పంచడం జరుగుతుంది.

3. నీరు, జంతువులను అందించడానికి రాష్ట్రం డబ్బు ఇవ్వడానికి కట్టుబడి ఉంటుంది ఈ భూముల్లో వ్యవసాయం చేయడానికి పరికరాలు, ఎరువు, విత్తనాలు మొదలైనవి.

4. వ్యవసాయ ఉత్పత్తుల నుండి ఈ క్రింది వాటిని పొందే హక్కు రాష్ట్రానికి ఉంటుంది: భూమి యొక్క సేల్ డీడ్ కలిగి ఉన్న వ్యక్తుల కోసం ఉత్పత్తిలో కొంత భాగం. బి. సామూహిక వ్యవసాయం యొక్క నియమాలను విస్మరించిన మరియు వ్యవసాయం కోసం రాష్ట్రం అందించిన వనరులను ఉత్తమంగా ఉపయోగించడంలో విఫలమైన లేదా సామూహిక వ్యవసాయ ప్రణాళికకు హాని కలిగించే రైతుకు శిక్షను నిర్ణయించే హక్కు రాష్ట్రానికి ఉంటుంది. రాష్ట్ర సోషలిజం ప్రణాళిక యొక్క స్పష్టీకరణ బాబా సాహెబ్ అంబేద్కర్ రాష్ట్ర సామ్యవాద ప్రణాళిక యొక్క సమర్థనను ఈ క్రింది పదాలలో అందించారు: "పైన పేర్కొన్న ప్రణాళికలో, వ్యవసాయంలో మరియు పరిశ్రమలలో సమిష్టి వ్యవసాయం ద్వారా రాష్ట్ర సోషలిజాన్ని సవరించే విధంగా అమలు చేయాలనే ప్రతిపాదన చేయబడింది. ప్రణాళిక, వ్యవసాయం మరియు పరిశ్రమలలో పెట్టుబడి పెట్టే బాధ్యత రాష్ట్రానికి ఇవ్వబడింది, రాష్ట్రం పెట్టుబడి పెట్టకుండా, రైతులు లేదా పరిశ్రమలు పెద్ద మొత్తంలో ఉత్పత్తి చేయలేరు. ఇందులో జాతీయీకరణ ప్రతిపాదన భీమా ద్వంద్వ లక్ష్యంతో చేయబడింది. ప్రైవేట్ బీమా కంపెనీతో పోలిస్తే జాతీయం చేయబడిన బీమా కంపెనీ ఒక వ్యక్తి యొక్క డబ్బు భద్రతకు ఎక్కువ హామీని ఇస్తుంది. పరిస్థితులు ఏమైనప్పటికీ, డబ్బును తిరిగి ఇవ్వడానికి జాతీయం చేయబడిన బీమా కంపెనీ పూర్తి బాధ్యత తీసుకుంటుంది. దీని వలన, ఒక వ్యక్తి తన డబ్బు గురించి ఎలాంటి భయాన్ని కలిగి ఉండడు.రాష్ట్రం కూడా బీమా కంపెనీల ద్వారా చాలా మూలధనాన్ని పొందుతుంది, అది పరిశ్రమలో పెట్టుబడి పెట్టవచ్చు, లేకుంటే రాష్ట్రం బహిరంగ మార్కెట్ నుండి మూలధనాన్ని ఉత్పత్తి చేయవలసి ఉంటుంది, దీని రేటు ఆసక్తి చాలా ఎక్కువ. దీంతో రాష్ట్రం నష్టపోవాల్సి వస్తుంది. భారతదేశం యొక్క వేగవంతమైన పారిశ్రామికీకరణకు, రాష్ట్ర సోషలిజం ఖచ్చితంగా అవసరం. ప్రైవేట్ రంగం పారిశ్రామికీకరణ చేయలేం. ప్రైవేట్ రంగం పారిశ్రామికీకరణ చేయగలిగినప్పటికీ, పెట్టుబడిదారీ విధానం వల్ల యూరప్‌లో తలెత్తిన సమస్యలే దీని వల్ల తలెత్తుతాయి. సరిహద్దులు మరియు ముజరా చట్టాలు పనికిరానివిగా నిరూపించబడిన భారతీయులకు ఇది ఒక హెచ్చరిక కావాలి. వీటి నుండి వ్యవసాయంలో శ్రేయస్సు సాధించలేము. సరిహద్దులు మరియు ముయారో ప్రేమ ఆ కోట్లాది మందికి ఉపయోగపడవు . భూమిలేని అస్పృశ్యులు. సామూహిక వ్యవసాయం మాత్రమే ఉంది ఈ ప్రతిపాదనలో సూచించబడింది, వారికి ఏదైనా సహాయం చేయవచ్చు. ఇందులో, ఇతర ప్రయోజనాలు కూడా విస్మరించబడలేదు, కాబట్టి ఎవరికీ ఎటువంటి అభ్యంతరం ఉండకూడదు ఈ ప్రతిపాదన. "ఈ ప్రతిపాదనకు రెండు ప్రయోజనాలు ఉన్నాయి. మొదటిది, ఇది ఆర్థిక వ్యవస్థలోని ముఖ్యమైన రంగాలలో రాష్ట్ర సోషలిజాన్ని ప్రతిపాదిస్తుంది. రెండవది, ఇందులో రాష్ట్ర సోషలిజం అమలును శాసనసభ ఇష్టానికి వదిలిపెట్టలేదు.

ఇందులో, రాష్ట్ర సమాజం రాజ్యాంగంలోని ఒక చట్టం ద్వారా జరిగింది.ఈ విధంగా, శాసనసభ లేదా పరిపాలన దానిలో ఎటువంటి మార్పులు చేయలేవు.

"రాజ్యాంగ చట్టంలోని విద్యార్థులు దీనిని తక్షణమే వ్యతిరేకిస్తారు. వారు ఖచ్చితంగా అడుగుతారు. ఈ ప్రతిపాదన ప్రాథమిక హక్కుల సరిహద్దులను దాటలేదా? నా సమాధానం ఇది దీన్ని చేయదు. అది ఆ సరిహద్దును దాటిందని అనిపిస్తే, అది భావన కారణంగా ఉంది. ఈ అభ్యంతరం ప్రాతిపదికన చేయబడిన ప్రాథమిక హక్కుల సంకుచిత భావన.ప్రాథమిక హక్కులు మాత్రమే రాజ్యాంగ చట్టం అనే ఈ సంకుచిత భావనను ఆమోదించినప్పటికీ, ఈ ప్రతిపాదన కూడా సమర్థనీయమైనది. మౌలిక సదుపాయాలను నిర్ణయించడంలో ఉద్దేశ్యం ఏమిటి? చట్టం ద్వారా ఆర్థిక వ్యవస్థ యొక్క ఉద్దేశ్యం ఏమిటంటే, ఒక వ్యక్తి యొక్క స్వాతంత్ర్యాన్ని ఎవరైనా ఉల్లంఘించకుండా రక్షించడం, ఇది ప్రాథమిక హక్కులను రూపొందించడానికి కారణం. వ్యక్తి యొక్క వ్యక్తిగత స్వాతంత్ర్యం మరియు ఆర్థిక వ్యవస్థ మధ్య లోతైన సంబంధం ఉంది. సమాజం, ప్రతి పౌరుడు ఈ విషయాన్ని గుర్తించినా, గుర్తించకపోయినా.. రెండింటి మధ్య నిజమైన సంబంధం ఉంది. ఈ క్రింది ఆలోచనలను మనస్సులో ఉంచుకుంటే, ఈ వాస్తవాలు స్పష్టంగా కనిపిస్తాయి.

రాజకీయ ప్రజాస్వామ్యం కింది నాలుగు విషయాలపై ఆధారపడి ఉంటుంది:

1. ఒక వ్యక్తి తనలో ఒక శక్తి
2. ఒక వ్యక్తికి కొన్ని కాదనలేని హక్కులు ఉన్నాయి, ఇది రక్షించడానికి రాష్ట్రం యొక్క విధి.
3. ఏ వ్యక్తికి సమానావకాశాల హక్కులు మరియు తిరస్కరించబడవు ఇతర హక్కులు.
4. ఏ ఇతర వ్యక్తిని పరిపాలించే అధికారం లేని వ్యక్తికి రాష్ట్రం ఇవ్వదు.

ప్రైవేట్ ఎంటర్‌ప్రైజ్ మరియు వ్యక్తిగత లాభాలపై ఆధారపడిన సామాజిక ఆర్థిక వ్యవస్థను అధ్యయనం చేసే ఏ వ్యక్తికైనా ప్రజాస్వామ్యం ఆధారంగా ఉన్న చివరి రెండు పాయింట్లు తెలుసు. ఈ రెండు అంశాల ఉల్లంఘనను ఆపకపోతే అది ప్రజాస్వామ్యాన్ని నాశనం చేస్తుంది. చాలా మంది తమ జీవనోపాధి కోసం రాజ్యాంగం కల్పించిన హక్కులను వదులుకోవాల్సి వస్తోంది. చాలా మంది వ్యక్తులు వ్యక్తిగత యజమానుల క్రింద పనిచేయవలసి వస్తుంది.

ప్రాథమిక హక్కుల వల్ల ఉపయోగం ఉందా లేదా అని నిరుద్యోగులను ప్రశ్నించాలి. తక్కువ జీతం, నిర్ణీత సమయం లేని ఉద్యోగం మరియు యూనియన్‌లో చేరడానికి అనుమతి లేని ఉద్యోగం మరియు మరొక వైపు అతని ప్రాథమిక హక్కులు ఉన్న ఉద్యోగాన్ని ఎంచుకోమని నిరుద్యోగిని అడిగితే, అతని ఎంపిక ఏమిటి? ఇది మరేదైనా కాదు, ఉద్యోగం. ఆకలితో చచ్చిపోతానేమోనన్న భయం, తన తలపై కప్పు పోతుందేమోననే భయం, తాను చేసిన పొదుపు ఏదైనా పోతుందేమోనన్న భయం, తన పిల్లలను బడి

నుంచి తప్పించేస్తామనే భయం, ఇతరుల విరాళాలతో బతకాల్సి వస్తుందన్న భయం, ప్రభుత్వ ఖర్చుతో దహనం చేస్తారనే భయం; ఈ కారణాల వల్ల ఏ వ్యక్తి తన ప్రాథమిక హక్కుల కోసం నిలబడలేడు. ఈ విధంగా, నిరుద్యోగులు ఉద్యోగం పొందడానికి మరియు జీవించడానికి వారి ప్రాథమిక హక్కులను వదులుకోవాలి."ఉద్యోగం చేస్తున్న వారి పరిస్థితి ఏమిటి? రాజ్యాంగ చట్టసభ సభ్యులు కేవలం ప్రాథమిక హక్కులకు సంబంధించి ఒక చట్టం చేయడం ద్వారా ఒక వ్యక్తి యొక్క స్వాతంత్ర్యానికి రక్షణ కల్పిస్తారని మరియు ఇంతకు మించి ఏమీ చేయనవసరం లేదని వారు భావిస్తున్నారు. వ్యక్తి ఆర్థిక, సామాజిక వ్యవహారాల్లో రాజ్యం జోక్యం చేసుకోని చోటే స్వతంత్రం మిగిలిపోతుంది.అవసరం ఏమిటంటే.. ఈ స్వాతంత్ర్యాన్ని వీలైనంత విస్తృతం చేసి, రాష్ట్ర జోక్యాన్ని వీలైనంత తగ్గించాలి.. ఇది సరైనది. ఒక వ్యక్తి వ్యవహారంలో రాష్ట్రం జోక్యం చేసుకోకుండా ఉన్న చోట, మిగిలినది స్వతంత్రంగా ఉంటుంది, అయితే, సమస్య ఇక్కడితో ముగియదు, వారు మరో ప్రశ్నకు సమాధానం ఇవ్వాలి. ఈ స్వాతంత్ర్యం భూస్వాములకు ఉంది, తద్వారా వారు దానిని పెంచవచ్చు. మరింత అద్దె, ఈ స్వాతంత్ర్యం బడా పారిశ్రామికవేత్తలది, తద్వారా వారు పని గంటలను మరింత పెంచవచ్చు, ఈ స్వాతంత్ర్యం ఆ వ్యక్తులది, తద్వారా వారు కార్మికుల జీతాన్ని మరింత తగ్గించి, మరింత కష్టాలను తెచ్చుకోవచ్చు ప్రజలను దోపిడీ చేశారు. ఇది కార్మికులు, దోపిడీకి గురవుతున్న ప్రజల స్వాతంత్ర్యం కాదు. ఏ దేశంలోనైనా, ఉత్పత్తిని పెంచడానికి, ఇది అవసరం కార్మికుల సైన్యాన్ని కలిగి ఉండాలి. రాష్ట్రం దీన్ని చేయకపోతే, అప్పుడు ప్రైవేట్ రంగం దీన్ని చేస్తుంది, లేకపోతే ప్రజల జీవితం కష్టం అవుతుంది. పారిశ్రామికవేత్తలు ఈ పరిస్థితిని తమకు అనుకూలంగా మలచుకొని కార్మికవర్గంపై మరింత ఒత్తిడి పెంచేందుకు ప్రయత్నిస్తున్నారు. మరో మాటలో చెప్పాలంటే, రాష్ట్రం జోక్యం చేసుకోకపోవడం వల్ల మనం స్వాతంత్ర్యం అని పిలుస్తాము, ప్రైవేట్ పారిశ్రామికవేత్తలు మరియు పెట్టుబడిదారుల నియంతృత్వం తప్ప మరొకటి కాదు. "అయితే, దీన్ని ఎలా ఆపాలి? నిరుద్యోగులు మరియు ఉద్యోగస్తుల నుండి వారి ప్రాథమిక హక్కులను లాక్కోకుండా ఎలా రక్షించాలి? ప్రజాస్వామ్య దేశాలలో ఈ సమస్యకు పరిష్కారం ప్రభుత్వ అధికారాలను పరిమితుల్లో ఉంచడం. అది నిరంకుశంగా మారకుండా, మరోవైపు పేద ప్రజలను ఆర్థికంగా దోపిడి చేయవద్దని శక్తివంతమైన మరియు ధనవంతులకు విజ్ఞప్తి చేయడం మరియు అవసరమైతే, ధనవంతులు కూడా నిరంకుశంగా మారకుండా సాధారణ చట్టాలు చేయడం. ఈ పరిష్కారం సరిపోదని మరియు పనికిరాదని నిరూపించబడింది. శక్తివంతమైన వ్యక్తులు పౌరుల స్వతంత్రతను కాపాడగలరనేది సందేహాస్పద ప్రతిపాదన, ఎందుకంటే ప్రజాస్వామ్యంలో ప్రజలు మాత్రమే ప్రభుత్వాన్ని ఏర్పాటు చేస్తారు మరియు ధనవంతులు మరియు శాసనసభల వరకు చేరుకుంటారు. ఈ పరిష్కారంలో, కొత్త పద్ధతిని ఉపయోగించారు. పౌరుల స్వాతంత్ర్యాన్ని రక్షించడానికి ప్రభుత్వ నిరంకుశ విధానాలను పరిమితం చేయడం సరిపోదు, కానీ పెట్టుబడిదారులు మరియు శక్తివంతమైన వ్యక్తుల నిరంకుశ శక్తులను పరిమితం చేయడం కూడా అవసరం. ఆర్థిక వ్యవస్థపై నియంత్రణ కలిగి ఉంటాయి. దేశ ఆర్థిక వ్యవస్థపై వారి నియంత్రణ ఆగిపోయినప్పుడే ఇది సాధ్యమవుతుంది. బడుగు

బలహీన వర్గాలపై పెట్టుబడిదారుల దాడులను అరికట్టేందుకు ఇక్కడ అందించిన రెండు పథకాల్లో ఇక్కడ అందించిన సూచన ఉత్తమమైనదనే విషయంలో సందేహం లేదు. ఈ వాస్తవాలను దృష్టిలో ఉంచుకుని, ఒక వ్యక్తి యొక్క స్వతంత్ర రక్షణను నిర్ధారించడానికి ఈ సూచన సరైనది. కాబట్టి, సాధారణ ప్రజలు చట్టం యొక్క సాధారణ ప్రభావ పరిధికి వెలుపల ఉన్నారని చెప్పడం ద్వారా ఏ రాజ్యాంగ శాసనకర్త దానిని వ్యతిరేకించలేరు. ఇప్పటి వరకు, ఒక వ్యక్తి యొక్క స్వతంత్రతను కాపాడటానికి మేము ఈ ప్రణాళిక గురించి ఆలోచించాము. ఈ ప్రణాళికలో మరొక అంశం ఉంది, దానిపై దృష్టి పెట్టడం అవసరం. అంటే ఈ ప్రణాళికలో అంతర్లీనంగా ఉన్న పార్లమెంటరీ ప్రజాస్వామ్యాన్ని అంతం చేయకుండా రాష్ట్ర సోషలిజాన్ని స్థాపించాలనే ప్రతిపాదన చేయబడింది. ఇందులో రాష్ట్ర సోషలిజం స్థాపన కూడా పార్లమెంటరీ ప్రజాస్వామ్యం ఇష్టానికి వదలలేదు. రాష్ట్ర సోషలిజం విమర్శకులు మరియు దాని శ్రేయోభిలాషులు కూడా దీనిని దేశ రాజ్యాంగ చట్టంలో భాగం చేయవలసిన అవసరం ఏమిటని అడుగుతారు? ఈ పనిని ఎందుకు వదిలిపెట్టకూడదు సాధారణ చట్టాన్ని ఆమోదించడం ద్వారా రాష్ట్ర సోషలిజాన్ని స్థాపించడానికి శాసనసభ? ప్రణాళికాబద్ధమైన ఆర్థిక వ్యవస్థకు ఒక ముఖ్యమైన ముందస్తు షరతు ఏమిటంటే, దానిని సస్పెండ్ చేయలేము లేదా విస్మరించలేము. ఇది శాశ్వతంగా ఉండటానికి ఇది అవసరం. దాన్ని ఎలా పర్మినెంట్ చేయాలి? స్పష్టంగా, పార్లమెంటరీ ప్రజాస్వామ్య ప్రభుత్వం దీన్ని చేయలేము. పార్లమెంటరీ ప్రజాస్వామ్యంలో, శాసనసభ మరియు ప్రభుత్వ విధానాలు మెజారిటీ ప్రజలకు ఆమోదయోగ్యమైనవి. పార్లమెంటరీ ప్రజాస్వామ్యంలో, ఒక ఎన్నికలలో, మెజారిటీ ప్రజలు పారిశ్రామిక మరియు వ్యవసాయంలో సోషలిజానికి అనుకూలంగా ఉంటారు. వచ్చే ఎన్నికల్లో మెజారిటీ ప్రజలు సోషలిజాన్ని వ్యతిరేకించవచ్చు. రాష్ట్ర సోషలిజానికి వ్యతిరేకంగా మెజారిటీ ప్రజలు తమ అధికారాన్ని ఉపయోగించి రాష్ట్ర సోషలిజానికి అనుకూలంగా మెజారిటీ ప్రజలు చేసిన పనిని రద్దు చేయడానికి చట్టాలు చేస్తారు. అదే విధంగా, స్టేట్ సోషలిజం మద్దతుదారులు దాని ప్రత్యర్థులకు వ్యతిరేకంగా చట్టాలు చేసే అధికారాలను ఉపయోగిస్తారు. రాష్ట్ర సోషలిజాన్ని విశ్వసించే ప్రజలు అటువంటి ప్రాథమిక పనిని విజయవంతం చేయడం కేవలం చట్టం ద్వారా సాధ్యం కాదని తెలుసుకోవాలి. ప్రజాస్వామ్య మెజారిటీ మారవచ్చు. దాని భవిష్యత్తుకు ఎటువంటి హామీ లేదు, అది ఎప్పుడైనా మారవచ్చు. పార్టీ ఆర్థిక విధానాలను పట్టించుకోకుండా కేవలం తమ నిరసనను తెలియజేసేందుకు ఒక నిర్దిష్ట పార్టీకి వ్యతిరేకంగా ఓటు వేసే అనేక ఎన్నికలు ఉన్నాయి. కాబట్టి, రాష్ట్ర సోషలిజం స్థాపనకు పార్లమెంటరీ ప్రజాస్వామ్యం సరైనది కాదు. అప్పుడు, ప్రత్యామ్నాయం ఏమిటి? ప్రత్యామ్నాయం నియంతృత్వం. ప్రజాస్వామ్యం స్థానంలో నియంతృత్వమే ఆర్థిక ప్రణాళికలకు శాశ్వతత్వం కల్పించగలదనే విషయంలో ఎలాంటి సందేహం లేదు. కానీ, ఈ సూచన చాలా వివాదాస్పదమైనది ఎందుకంటే వ్యక్తిగత స్వాతంత్ర్యంపై నమ్మకం ఉన్న వ్యక్తులు ఈ ఎంపికను అంగీకరించడానికి సిద్ధంగా ఉండరు. దాని ఫలితం రాజ్య స్థాపన అయినా వారు ఎప్పుడూ నియంతృత్వాన్ని కోరుకోరుసోషలిజం. వ్యక్తిగత స్వాతంత్ర్యం ప్రజాస్వామ్యంలో మాత్రమే

సాధ్యమవుతుంది, నియంతృత్వంలో కాదు. ప్రజలు ప్రజాస్వామ్యంలో రాష్ట్ర సోషలిజాన్ని కోరుకుంటారు మరియు నియంతృత్వంలో కాదు. కాబట్టి, నియంతృత్వం లేకుండా మరియు పార్లమెంటరీ ప్రజాస్వామ్యం ద్వారా స్టేట్ సోషలిజాన్ని ఎలా స్థాపించాలనేది ప్రాథమిక ప్రశ్న. పార్లమెంటరీ ప్రజాస్వామ్యం మరియు స్టేట్ సోషలిజం రెండింటినీ రాజ్యాంగంలోని చట్టాల ద్వారా తీసుకువస్తేనే సమస్య పరిష్కారం అవుతుంది, తద్వారా పార్లమెంటరీ మెజారిటీ దానిని మార్చలేము మరియు అంతం చేయలేవు. ఇలా చేయడం ద్వారా మాత్రమే మనం అన్ని లక్ష్యాలను నెరవేర్చుకోగలుగుతాము – సోషలిజం స్థాపన, పార్లమెంటరీ ప్రజాస్వామ్య భద్రత మరియు నియంతృత్వ తొలగింపు.బాబా సాహెబ్ అంబేద్కర్ కోరుకున్న స్టేట్ సోషలిజం రకం భారతదేశ పరిస్థితిని దృష్టిలో ఉంచుకుని తగినది మరియు నేటికీ అలాగే ఉంది. దేశం నుండి పేదరికాన్ని తొలగించే ప్రయత్నంలో ఇది అతని ముఖ్యమైన సహకారం.

దేశానికి సేవలు (3)

అభివృద్ధి ప్రణాళికలు: అభివృద్ధి అనేది బాబా సాహెబ్‌కు ఇష్టమైన అంశం. వైస్రాయ్ హింద్ యొక్క కార్మిక మంత్రిగా, బాబా సాహెబ్‌కు కొన్ని శాఖల బాధ్యతలు ఇవ్వబడ్డాయి, అవి: (1) C.P.W.D., బొగ్గు మరియు గనులు, (2) ప్రింటింగ్ ప్రెస్ & స్టేషనరీ, (3) రాయల్ ఇండియా నేవీ ట్రైనింగ్ స్కూల్, (4)) సివిల్ పయనీర్ ఫోర్స్, (5) రాచరిక రాష్ట్రాలకు సమీపంలో ఉన్న లేదా సమీపంలో ఉన్న శిక్షణా కేంద్రాలలో పౌరులు మరియు సైనిక సిబ్బందికి సాంకేతిక శిక్షణ, (6) నేడు మంత్రిత్వ శాఖలుగా మారిన ప్రచారం & రిక్రూట్‌మెంట్ మొదలైన విభాగాలు.

అన్నింటిలో మొదటిది, అతను మిగులు నీటికి సంబంధించిన ఆలోచనా ప్రక్రియలను మార్చడంపై దృష్టి పెట్టాడు. ఈ సందర్భంగా ఆయన తన భావాలను ఇలా వ్యక్తపరిచారు: "అధిక నీటి నిర్వహణ తప్పు అని వరద కమిటీలోని వ్యక్తులు అంటున్నారు, నీరు ఎప్పుడు అనే ఆలోచనతో కమిటీ సభ్యులు ప్రభావితమవుతున్నారు. అధికమైతే దానిని ఒక క్రమపద్ధతిలో సముద్రంలోకి విసిరేయాలి.ఈ ఆలోచన పౌరుల దృష్టిలో తప్పు మరియు ప్రమాదకరమైనది.అధికమైన నీటి సమస్య అనేది తప్పుడు ఆలోచన.మనుషులు బాధలు పడుతున్నారు అది మితిమీరిన కారణంగా కాదు. నీటి కొరత, కానీ నీటి కొరత కారణంగా, సమస్య ఏమిటంటే, నీటిని అందించడంలో ప్రకృతి నీచంగా ఉండటమే కాకుండా, దాని పంపిణీలో కూడా అస్థిరంగా ఉంటుంది మరియు అది కరువు మరియు వరదల మధ్య మారుతూ ఉంటుంది. కానీ, దీని కారణంగా, ఈ వాస్తవం నీరు సహజ వనరు, అది ప్రజల సొత్తు అని మార్చవద్దు, దాని పంపిణీ అసంబద్ధంగా ఉంది కాబట్టి, ప్రకృతి గురించి ఫిర్యాదు చేయడం కంటే, నీటిని సురక్షితంగా నిల్వ చేసి నదులపై ఆనకట్టలు నిర్మించడం, నీటి నుండి విద్యుత్ ఉత్పత్తి చేయడం మంచిది. సెయిలింగ్ షిప్‌లకు నీటిని వాడండి." తరువాత, అతను ఈ క్రింది విధంగా ప్రణాళికను మరింత వివరంగా

వివరించాడు:ఆనకట్టను నిర్మించే స్థలాన్ని ఎంచుకోవాలి; (2) ఆనకట్ట నిర్మాణానికి స్థలాన్ని ఎంచుకున్న తర్వాత, ఆ స్థలం యొక్క వివరణాత్మక పరిశీలనను నిర్వహించాలి; (3) ఈ పరీక్ష కోసం ఒక ఏజెన్సీని నియమించాలి; (4) ఆనకట్ట రూపకల్పన మరియు నిర్మాణం కోసం ఒక ఏజెన్సీని నియమించాలి; (5) సాంకేతిక మరియు పరిపాలన విభాగం ఆనకట్ట నిర్మాణానికి సంబంధించిన పని కోసం ఏర్పాటు చేయాలి; (6) ఒక సిరీస్ అభివృద్ధి చెందిన ప్రాంతాల్లో ఈ ప్రాంతాల్లో మంచి నీరు మరియు విద్యుత్ వినియోగం కోసం సర్వేలు నిర్వహించాలి. రాష్ట్ర ప్రభుత్వాలకు మరియు రాజులకు ఒక సూచన ఇవ్వడం రాచరిక రాష్ట్రాలు, అతను ఇలా అన్నాడు:

“ఒరిస్సా, బెంగాల్ ప్రభుత్వాల అధికారం, సంస్థానాధీశుల అధికారంతో పోలిస్తే ప్రజల సంక్షేమమే ముఖ్యమని నేను చెప్పనవసరం లేదు. సంస్థానాధీశుల అధికారాన్ని దేశ సంక్షేమానికి ఉపయోగించాలి. ప్రజల సంక్షేమానికి అడ్డంకులు పెట్టకూడదని.. చివరికి ఇలా అన్నారు.అంతిమ లక్ష్యం: “కేంద్ర ప్రభుత్వానికి రాష్ట్ర ప్రభుత్వాల నుండి ఒకే ఒక ఆశ ఉంది మరియు డ్యామ్‌ల ప్రయోజనాలు సామాన్య పౌరులకు చేరాలి మరియు డ్యామ్‌ల చుట్టూ నివసించే ప్రజలు కూడా తద్వారా కలిగే ఆనందంలో భాగస్వామ్యం పొందాలి. ఈ ఆనకట్టలు. నా దృష్టిలో,ఈ ఆనకట్టల వల్ల కలిగే ఆనందంలో వాటా. నా దృష్టిలో, ఇది అవసరం. కాబట్టి, దీన్ని చివరిగా నెరవేర్చడానికి ఒక ఏజెన్సీని ఏర్పాటు చేయాలి లక్ష్యం." అలవాటు ప్రకారం ఏ పని చేతిలోకి తీసుకున్నా క్షుణ్ణంగా చదువుకునేవాడు. దామోదర్ నదిపై ఆనకట్ట నిర్మించాలని ఆయన గట్టి నిర్ణయం తీసుకున్నారు, అయితే దీని గురించి పూర్తి అవగాహన భారత్‌కు లేదు. యునైటెడ్ స్టేట్స్ ఆఫ్ అమెరికాలో, టెన్నెస్సీ వ్యాలీ పేరుతో ఒక ఆనకట్ట నిర్మించబడింది. బాబా సాహెబ్ టేనస్సీ వ్యాలీ ఆనకట్ట మరియు దానిలోని అన్ని పరిపాలనా అంశాలను పరిశోధించారు. అన్నింటిలో మొదటిది, అతను దామోదర్ ఆనకట్ట నిర్మాణ పనిని అప్పగించగల ఒక కమిటీని చేసాడు. బాబా సాహెబ్ కృషి వల్ల సెంట్రల్ ఎలక్ట్రిసిటీ బోర్డు, సెంట్రల్ వాటర్ వేస్, ఇరిగేషన్, షిప్పింగ్ ట్రాన్స్‌పోర్ట్ కమిటీలు కూడా ఏర్పాటయ్యాయి. సమస్యపై విచారణ జరిపేందుకు ఒక కమిటీని ఏర్పాటు చేశారు. ఇన్ని కష్టాల ఫలితంగా దామోదర్ నదితో అనుసంధానం చేయబడి దామోదర్ వ్యాలీ ప్రాజెక్ట్ అని పిలువబడింది. బ్రిటిష్ ప్రభుత్వం దామోదర్ వ్యాలీ ప్రాజెక్ట్‌కి విదేశీ ఇంజనీర్‌ను చీఫ్‌గా చేయాలని కోరుకుంది, అయితే బాబా సాహెబ్ అంబేద్కర్ ఈ ప్రణాళికలో బ్రిటిష్ ప్రభుత్వాన్ని వ్యతిరేకించారు మరియు శ్రీ ఎ. ఎన్. ఖోస్లాను చీఫ్ ఇంజనీర్‌గా నియమించారు [శ్రీ ఖోస్లా సమర్థుడు, నిపుణుడు (పంజాబీ) ఇంజనీర్.] తద్వారా స్వాతంత్ర్యం వచ్చిన తర్వాత కూడా ఈ తరహాలో మరిన్ని ఆనకట్టలు నిర్మించవచ్చు. ఈ విధంగా, దామోదర్ నదిపై ఆనకట్ట నిర్మించబడింది దీని వల్ల కలిగే వినాశనాన్ని ఆపడానికి మాత్రమే శాశ్వత పరిష్కారంగా నిరూపించబడింది వరదలు, కానీ దీని కారణంగా కరువు మరియు ఆకలి అనే రెండు పెద్ద సమస్యలు కూడా ఉన్నాయి తుడిచారు. 1946 వరకు దామోదర్ వ్యాలీ ప్రాజెక్ట్ బాధ్యత బాబా సాహెబ్ ఆధీనంలో

ఉంది, ఆ తర్వాత డ్యామ్‌కు సంబంధించిన మొత్తం పనిని అప్పగించారు దామోదర్ డెవలప్‌మెంట్ కార్పొరేషన్‌కు అప్పగించారు. దామోదర్ డ్యాం లక్షలాది మందికి శాంతి, ఆర్థిక పురోగతి మరియు ఉజ్వల భవిష్యత్తుకు మూలంగా నిరూపించబడింది మరియు నేటికీ శ్రీ హరి బాబా సాహబ్ యొక్క దామోదర్ వ్యాలీ ప్రాజెక్ట్‌ను ఈ క్రింది మాటలలో ప్రశంసించారు: "మూడు నెలల పాటు, నిర్మాణానికి ప్రణాళిక యొక్క దామోదర్ డ్యామ్ రాజకీయ నాయకుల పరిశీలనలో ఉంది. వ్యక్తి దామోదర్ నదిపై ఆనకట్ట నిర్మించాలని నిర్ణయించుకున్నది లేబర్ వైస్రాయ్ హింద్ కార్యవర్గ మంత్రి, డాక్టర్ అంబేద్కర్," బాబా సాహబ్ అంబేద్కర్ దేశం యొక్క అభివృద్ధి మరియు పురోగతిలో ఎనలేని కృషి చేసారు, దాని కారణంగా దేశంలో చాలా ఆనకట్టలు నిర్మించబడ్డాయి మరియు సామాన్య ప్రజలకు అభివృద్ధికి అనేక కొత్త మార్గాలు తెరవబడ్డాయి. బాబా సాహబ్‌కు నీటి ప్రాముఖ్యత గురించి పూర్తి అవగాహన ఉంది. అందుకే నీటికి సంబంధించిన సమస్యలపై కూడా ఆయనకు అవగాహన ఉంది. అందుకే అతను సంబంధించిన వివాదాల పరిష్కారానికి రాజ్యాంగంలో ఒక నిబంధన చేసింది నీటికి, ఇది క్రింది విధంగా ఉంది:

ఆర్టికల్ 262(1): అంతర్-రాష్ట్ర నదులు లేదా నదీ లోయల జలాలకు సంబంధించిన వివాదాల తీర్పు:

1. ఏదైనా అంతర్-రాష్ట్ర నది లేదా నదీ లోయలోని జలాల వినియోగం, పంపిణీ లేదా నియంత్రణకు సంబంధించి ఏదైనా వివాదం లేదా ఫిర్యాదుపై తీర్పును పార్లమెంట్ చట్టం ద్వారా అందించవచ్చు.

2. ఈ రాజ్యాంగంలో ఏది ఉన్నప్పటికీ, క్లాజ్ (1)లో సూచించిన విధంగా ఏదైనా వివాదం లేదా ఫిర్యాదుకు సంబంధించి సుప్రీంకోర్టు లేదా మరే ఇతర న్యాయస్థానం అధికార పరిధిని వినియోగించకూడదని పార్లమెంటు చట్టం ద్వారా అందించవచ్చు. ఈ విధంగా బాబా సాహబ్ అభివృద్ధి పనులకు సహకరించడమే కాకుండా, ఎవరూ అడ్డంకులు పెట్టకుండా ఏర్పాట్లు చేశారు. దేశం యొక్క అభివృద్ధి.

గ్రామీణ ప్రాంతాల అభివృద్ధి

బాబా సాహబ్ భారత రాజ్యాంగానికి గ్రామాన్ని కాకుండా వ్యక్తిని ఆధారం చేశారు. తన గ్రామీణ విధానాన్ని విమర్శించినప్పుడు, బాబా సాహబ్ తన సమాధానంలో ఇలా అన్నారు: "గ్రామ పంచాయితీలకు చాలా విలువ ఉన్న వ్యక్తులు, ఈ గ్రామ పంచాయతీలు అభివృద్ధి మరియు అభివృద్ధిలో ఎంత తక్కువ దోహదపడ్డాయో ఆలోచించడం ఆపలేదు. దేశం. మెట్‌కాఫ్ గ్రామ పంచాయతీలను ఈ క్రింది విధంగా వివరించింది:"ఒక రాజవంశం క్షీణించిన తరువాత, మరొక రాజవంశం క్షీణించింది ఒక విప్లవం, మరొక విప్లవం, హిందువులు, పఠాన్లు, మొఘలులు, మరాఠా, సిక్కులు, బ్రిటీష్ వారందరూ ఒక్కొక్కరుగా దేశానికి పాలకులు అవుతారు. కానీ, గ్రామ పంచాయతీలు యథాతథంగా ఉన్నాయి.

ఆపద సమయంలో, వారు చురుకుగా మారతారు. శత్రు సైన్యం గ్రామం గుండా వెళుతుంది. ది గ్రామ పంచాయతీ తన జంతువులను గ్రామ సరిహద్దుల్లో సేకరిస్తుంది మరియు శత్రు సైన్యాన్ని వారిపై దాడి చేయకుండా లేదా వారిని రెచ్చగొట్టకుండా దాటేలా చేస్తుంది ఏ విధంగానైనా. "గ్రామ పంచాయితీలు దేశ చరిత్రకు ఇంత మాత్రమే దోహదపడ్డాయి. ఈ విషయం తెలుసుకున్నప్పుడు, గ్రామ పంచాయతీల పట్ల మనకు ఎంత గౌరవం ఉంటుంది? అవి అన్ని పెరుగుదల మరియు క్షీణతలలో స్థిరంగా ఉన్నాయి. ఇది అనేది నిజం.కానీ కేవలం ఉన్నదానికి విలువ లేదు.అవి ఏ స్థాయిలో ఉన్నాయి అనే ప్రశ్న తలెత్తుతుంది.అది చాలా తక్కువ మరియు చాలా స్వార్థ స్థాయిలో ఉందనడంలో సందేహం లేదు.నా అభిప్రాయం ప్రకారం ఈ గ్రామ పంచాయతీలే కారణం. భారతదేశ విధ్వంసం.కాబట్టి, ప్రాంతీయత, మతతత్వాలను విమర్శించడంలో ముందున్న వారు గ్రామాలను ఆదుకోవడానికి ఎలా ముందుకు వస్తున్నారో చూసి ఆశ్చర్యపోయాను!నేటి గ్రామం స్వార్థానికి, అజ్ఞానానికి ప్రతీక తప్ప మరొకటి కాదు. , సంకుచిత మనస్తత్వం మరియు మతతత్వం. ఈ రాజ్యాంగంలో గ్రామం కాకుండా ఒక వ్యక్తిని అస్తిత్వంగా తీసుకున్నందుకు నేను సంతోషిస్తున్నాను." బాబా సాహబ్ అంబేద్కర్ గ్రామాలను విమర్శించడమే కాకుండా, గ్రామాల అభివృద్ధి, పురోభివృద్ధి మరియు పునర్నిర్మాణం కోసం ఈ క్రింది విధంగా ఒక కార్యక్రమాన్ని సమర్పించారు:

1. గ్రామాల్లో జీవితం సంతోషంగా ఉండేందుకు అవసరమైన అన్ని సౌకర్యాలు కల్పించడం
2. . నగరాల్లో అభివృద్ధి పనుల మాదిరిగా, ప్రణాళికలను అమలు చేయడం గ్రామాల్లో కూడా వసతి, పరిశుభ్రత మొదలైనవి మరియు గ్రామాలలో జీవితాన్ని మెరుగుపర్చడానికి.
3. గ్రామాలలో రేడియోలు, చలన చిత్రాలను తీసుకురావడం మరియు గ్రామస్తులను ఆలోచనలో పడేలా కమ్యూనిటీ హాళ్లను నిర్మించడం సమకాలీన ఆలోచనలతో సమానం, తద్వారా గ్రామీణ ప్రజలు కూడా ఉన్నారు వారి జీవితాలను ప్రగతిశీలంగా మార్చుకోగలుగుతారు. ఆర్టికల్ 48 ద్వారా, బాబా సాహబ్ అంబేద్కర్ కొత్త శాస్త్రీయ పద్ధతుల ద్వారా వ్యవసాయం మరియు పశుపోషణ కోసం నిబంధనలను రూపొందించారు మరియు పర్యావరణాన్ని కలుషితం కాకుండా కాపాడారు మరియు ఈ పనులను నిర్వహించాలని రాష్ట్రాన్ని ఆదేశించారు. అప్పుడు బాబా సాహబ్ అంబేద్కర్ నగరాల్లో నివసించే ప్రజలకు ఇచ్చిన హక్కులను గ్రామస్తులకు కూడా అందించారు, ఉదాహరణకు, గ్రామీణ ప్రజలందరికీ ఓటు హక్కు, సామాజిక సమానత్వం, కనీస విద్య, సమాన అవకాశాలు, సౌకర్యాలు మరియు అంతం. శతాబ్దాలుగా వారికి జరుగుతున్న అన్యాయం మరియు వివక్ష. బాబా సాహబ్ అంబేద్కర్ ఎడతెగని కృషి చేసినా గ్రామాల అభివృద్ధి జరగాల్సిన స్థాయిలో జరగలేదు. కానీ, బాబా సాహబ్ అంబేద్కర్ యొక్క విమర్శనాత్మక (రియాక్షనరీ) ఆలోచన ఇప్పటికీ దాని పట్టును కలిగి ఉంది. కానీ పాలక రాజకీయ పార్టీ

యొక్క ప్రయోజనం ఎల్లప్పుడూ ఇందులో ఉంది, అది గ్రామస్తులను చదువుకోకుండా, నిరుద్యోగులుగా మరియు సంకుచిత మనస్తత్వంతో ఉండనివ్వండి, తద్వారా వారు కోరుకున్న విధంగా వారిని దోపిడీ చేయగలుగుతారు.

దేశానికి సేవలు (4)

సమస్య పరిష్కారంలో సహకారం: లో చాలా సమస్యలు ఉన్నాయి బాబా సాహెబ్ కొన్ని సూచనలు ఇచ్చిన దేశం. ఇప్పుడు కూడా, మేము ఉంటే ఈ సూచనల గురించి ఆలోచించండి, దేశం ఎదుర్కొంటున్న చాలా సమస్యలను పరిష్కరించవచ్చు. కొన్ని సమస్యలు క్రింది విధంగా ఉన్నాయి: (1) పెరుగుతున్న జనాభాను ఆపడం, (2) భాషా భేదం, (3) ఎన్నికల పద్ధతుల్లో మెరుగుదల, (4) పెరుగుతున్న జనాభాను ఆపడానికి మైనారిటీల సమస్య

భారతదేశం వంటి అభివృద్ధి చెందుతున్న దేశంలో పెరుగుతున్న జనాభా సమస్యను బాబా సాహెబ్ చాలా సంవత్సరాల క్రితమే గుర్తించి, ఈ సమస్యపై దేశవ్యాప్తంగా అవగాహన కల్పించేందుకు ప్రయత్నించారు. బాబా సాహెబ్ అంబేద్కర్ ఈ సమస్యలను బొంబాయి లెజిస్లేటివ్ కౌన్సిల్‌లో చేసిన ప్రసంగంలో శ్రీ పి.జి. రోహన్ నవంబర్ 10న చదివాడు 1938 మరియు దీనితో పాటు ఈ క్రింది విధంగా ఒక ప్రతిపాదనను కూడా సమర్పించారు:

"పెరుగుతున్న జనాభాను పరిమితం చేయడానికి మరియు కుటుంబ నియంత్రణ కోసం పౌరులకు సౌకర్యాలు కల్పించడానికి ప్రభుత్వం పౌరులలో తీవ్ర ప్రచారం చేపట్టాలని ఈ సభ ప్రభుత్వానికి సూచించింది" ఈ క్రింది మాటలతో తన ప్రసంగాన్ని ముగించాడు. "కొంతమందికి మాత్రమే లభిస్తుంది అలాంటి అవకాశాలు వారిని అమరత్వం పొందుతాయి. కుటుంబ నియంత్రణ కోసం ప్రచారం అటువంటి అవకాశం, ఇది మా ప్రాంతీయ ప్రభుత్వానికి లభించింది, వారు ఈ అవకాశాన్ని వృథా చేయరని మేము ఆశిస్తున్నాము, కానీ వారి స్వంత మరియు పౌరుల సంక్షేమం కోసం ఈ అవకాశాన్ని పూర్తిగా ఉపయోగించుకోవాలని మేము ఆశిస్తున్నాము." బాబా సాహెబ్ అంబేద్కర్ ఈ సమస్యను ప్రజల్లోకి తీసుకెళ్లేందుకు ప్రయత్నించారు అనేక సార్లు శ్రద్ధ. ఎన్నికలలో ఆయన చేసిన ఒక ప్రయత్నం 1952లో షెడ్యూల్డ్ క్యాస్ట్ ఫెడరేషన్. తన మేనిఫెస్టోలో ఆయన పిలుపునిచ్చారు ఈ సమస్యపై దృష్టి సారించి, పరిష్కారానికి ముఖ్యమైన చర్యలు తీసుకుంటామని హామీ ఇచ్చారు . సమస్య పెరుగుతున్న ఈ జనాభాను అరికట్టకపోతే, అది దేశం యొక్క అన్ని పురోగతి మరియు విజయాలను మింగేస్తుందని మరియు ప్రజల అభ్యున్నతి కోసం తీసుకున్న అన్ని చర్యలను కడుగుతుందని నిపుణులు మరియు

చాలా మంది ప్రజలు నమ్ముతారు. బాబా సాహెబ్ భీంరావు చాలా సంవత్సరాల క్రితం చేసిన సూచనను పాటించి ఉంటే, దేశం ఈనాటి పరిస్థితి ఉండేది కాదు.

భాష ఆధారంగా భేదం

భాషా ప్రాతిపదికన దేశం మొత్తాన్ని రాష్ట్రాలుగా విభజించేందుకు రాష్ట్ర పునర్నిర్మాణ కమిటీని ఏర్పాటు చేశారు. ఈ కమిటీ సిఫారసుల తర్వాత దేశంలో భాషా భేదం యొక్క పట్టు చాలా బలంగా మారింది, మొత్తం దేశంలో అశాంతి వ్యాపించింది, దీని కారణంగా అనేక కొత్త రాష్ట్రాలు కూడా ఏర్పాటు చేయవలసి వచ్చింది. బాబా సాహెబ్ అంబేద్కర్ ఈ సమస్యలన్నింటికీ పరిష్కారాన్ని కూడా సూచించారు:

సూత్రాలు: భాషల ప్రాతిపదికన కూడా రాష్ట్రాల పునర్వ్యవస్థీకరణకు ఆయన కొన్ని సూత్రాలను సూచించారు

1. మిశ్రమ (ఒకటి కంటే ఎక్కువ) భాషలతో కూడిన రాష్ట్రాలను ఏర్పాటు చేయాలనే ఆలోచనను పూర్తిగా విరమించుకోవాలి.

2. ప్రతి రాష్ట్రానికి ఒక భాష ఉండాలి: ఒక రాష్ట్రం, ఒక భాష.

3. "ఒకే రాష్ట్రం, ఒకే భాష" అనే సూత్రాన్ని 'ఒకే భాష, ఒకే రాష్ట్రం' అనే సూత్రంతో చెడగొట్టకూడదు.

4. "ఒకే భాష, ఒకే రాష్ట్రం" అంటే మాట్లాడే రాష్ట్రాలు జనాభాలోని అసమానతను పక్కనపెట్టి ఒకే విధమైన భాషను ఒకే ప్రభుత్వం కింద ఉంచాలి మరియు ప్రజల ఇతర పరిస్థితులు ఒకే భాషలు మాట్లాడే ప్రజలను అనేక రాష్ట్రాలుగా విభజించాలి. ప్రపంచంలోని ఇతర దేశాలలో చేసినట్లు.

5. సారూప్య భాషలు మాట్లాడే ప్రజలను ఎన్ని భాగాలుగా విభజించాలి, ఇది (ఎ) పరిపాలన సామర్థ్యం, (బి) వివిధ ప్రాంతాల అవసరాలు, (సి) వివిధ ప్రాంతాల మనోభావాలు, (d) మెజారిటీ మరియు మైనారిటీ నిష్పత్తి ప్రజలు.

6. రాష్ట్రం కింద ప్రాంతం పెరుగుతున్న కొద్దీ, మెజారిటీతో పోలిస్తే మైనారిటీల నిష్పత్తి తగ్గుతూ వస్తుంది. అటువంటప్పుడు, మైనారిటీల పరిస్థితి సందేహాస్పదంగా మరియు కష్టంగా మారుతుంది; ఇంకా మైనారిటీలపై మెజారిటీలు దౌర్జన్యాలు చేసే అవకాశాలు పెరుగుతున్నాయి. కాబట్టి, రాష్ట్రాలు విస్తీర్ణంలో చిన్నవిగా ఉండాలి.

7. మైనారిటీలను మెజారిటీ దురాగతాల నుంచి కాపాడేందుకు వారికి భద్రత కల్పించాలి. ఇందుకోసం రాజ్యాంగంలో సవరణ చేసి, ఒక నియోజకవర్గం నుంచి బహుళ అభ్యర్థులను ఎన్నుకునే విధానాన్ని

అవలంబించాలి, అందులో కూడా సామూహిక పద్ధతిలో ఎన్నికలు నిర్వహించాలి. భాషా ప్రాతిపదికన రాష్ట్రాల పునర్వ్యవస్థీకరణ కారణంగా "ఉత్తర భారతదేశం ఏకమైంది, దక్షిణ భారతదేశం చిన్న ముక్కలుగా విడిపోయింది. దీని కారణంగా, మరొక రకమైన సమస్య ఉద్భవించింది. దీని కారణంగా ఉత్తర భారతదేశం మరియు దక్షిణ భారతదేశం యొక్క సమస్య ఉద్భవించింది కాబట్టి, మొదట రాష్ట్రాల సమస్య వచ్చింది, ఇప్పుడు ప్రాంతాల సమస్య ఉద్భవించింది." బాబా సాహబ్ అంబేద్కర్ ఈ క్రింది మాటలలో ఈ సమస్యను ప్రస్తావించారు: ఒకే భాష ఉన్న రాష్ట్రాలు: "ఒకే భాషతో ఒకే ప్రాంతం, ఇది అన్ని రాష్ట్రాల వెనుక ఉన్న సూత్రం. జర్మనీ, ఫ్రాన్స్, ఇటలీ. ఇంగ్లాండ్, మరియు అమెరికా, ఈ దేశాలన్నింటిలో, ఈ సూత్రం అవలంబించబడింది. "ఒక భాష ప్రజలను బంధించగలదు, రెండు భాషలు ఖచ్చితంగా ప్రజలను విభజిస్తాయి, మరియు ఇది అమానవీయ మరియు క్రూరమైన చట్టం, భాషలు సంస్కృతిని సురక్షితంగా ఉంచుతాయి. ఎందుకంటే భారతీయ ప్రజలు ఒకటిగా ఉండాలని మరియు ఉమ్మడి సంస్కృతిని సృష్టించాలని కోరుకుంటారు, కాబట్టి ఇది హిందీని తమ భాషగా స్వీకరించడం ప్రతి భారతీయుడి కర్తవ్యం. "భాషల ఆధారంగా రాష్ట్రాల ఏర్పాటును సమర్ధించే వ్యక్తులు, తమ ప్రాంతీయ భాషను జాతీయ భాషగా చేయాలనే తపన ఉంది. అలాంటి ఆలోచనే అఖండ భారతదేశానికి ప్రాణాంతకం. ప్రాంతీయ భాషగా మార్చడం ద్వారా జాతీయ భాష, భారతదేశాన్ని ఐక్య దేశంగా మార్చడం మరియు భారతీయులను మొదటి మరియు అగ్రగామి భారతీయులుగా చేయాలనే కల అంతం అవుతుంది." కెనడా, స్విట్జర్లాండ్, దక్షిణాఫ్రికా వంటి దేశాలు రెండు భాషల దేశాలు అని కొందరు ఉదాహరణలు చెప్పగలరు. కానీ, భారతదేశంలోని పరిస్థితి ఈ దేశాల కంటే భిన్నంగా ఉందని మనం మరచిపోకూడదు. భారతీయుల స్వభావం విచ్ఛిన్నం మరియు వేరు, అయితే స్విట్జర్లాండ్, దక్షిణాఫ్రికా మరియు కెనడా యొక్క స్వభావం ఏకం మరియు కలిసి బంధించడం."

(1) "భాషలపై ఆధారపడిన రాష్ట్రాలు, ప్రాంతీయ భాష జాతీయ భాష, అంటే ప్రభుత్వ పని చేసే భాష సులభంగా ప్రత్యేక స్వతంత్ర దేశంగా మార్చబడుతుంది. స్వతంత్ర రాష్ట్రానికి మధ్య చాలా తక్కువ దూరం ఉంటుంది. మరియు స్వతంత్ర దేశం.ఇదే జరిగితే, ఇప్పుడు ఉన్న ఆధునిక భారతదేశం, మధ్యయుగ యుగాల భారతదేశంగా మార్చబడుతుంది.అటువంటి భారతదేశం వివిధ రాష్ట్రాలు ఒకదానికొకటి శత్రువులుగా మరియు నిరంతరం పోరాడుతూనే ఉంటుంది. ఒకరికొకరు."

(2) చిన్న రాష్ట్రాలు: "ఉత్తరప్రదేశ్ మూడు రాష్ట్రాలు, మధ్యప్రదేశ్ మరియు బీహార్ రెండు రాష్ట్రాలుగా మరియు మహారాష్ట్ర రెండుగా విభజించబడతాయి. రాష్ట్రాలు."

(3) జాతీయ భాషగా హిందీ: "ఉత్తర మరియు దక్షిణ భారతదేశాల మధ్య చాలా వ్యత్యాసం ఉంది. ఉత్తర భారతదేశం సాంప్రదాయ మరియు సనాతనమైనది, అయితే దక్షిణ భారతదేశం ప్రగతిశీలమైనది. ఉత్తర భారతదేశంలో మూఢనమ్మకం ఉంది, అయితే దక్షిణ భారతదేశం తార్కికం. అక్షరాస్యతలో ఉత్తర

భారతదేశం కంటే దక్షిణ భారతదేశం ముందుంది. దక్షిణాది సంస్కృతి ఆధునికమైనది, అయితే ఉత్తర సంస్కృతి పురాతనమైనది." "ఏ దేశంలోనూ ప్రాంతీయ భాష జాతీయ భాష కాకూడదనే నిబంధనను రాజ్యాంగంలో చేర్చాలి. దేశ జాతీయ భాష హిందీగా ఉంటుంది, భారతదేశం హిందీని జాతీయ భాషగా స్వీకరించేంత వరకు ఇంగ్లీషు భారతదేశ ప్రజలు ఈ సూచనను అంగీకరించకపోతే అటువంటి సమయం వరకు జాతీయ భాషగా ఉండాలి, అప్పుడు భాషలపై ఆధారపడిన రాష్ట్రాలు ప్రమాదకరమైనవిగా నిరూపించబడతాయి.

(4) హిందీ మాట్లాడే ప్రజలకు సౌకర్యాలు: బాబా సాహబ్ భీంరావు హిందీని సరళంగా మార్చాలని అన్నారు. దానికి సంస్కృతం లేదా అరబిక్ పదాలు జోడించి మరింత కష్టతరం చేయకూడదు. దక్షిణ భారతదేశంలోని ప్రజలు హిందీని తమ భాషగా స్వీకరించడానికి వెనుకాడతారు; నిజానికి వారు దానిని తీవ్రంగా వ్యతిరేకిస్తున్నారు. బాబా సాహబ్ భీంరావు ఫ్రెంచ్ నేషనల్ అకాడమీ నమూనా ఆధారంగా జాతీయ అకాడమీని ప్రారంభించాలని సూచించారు. ఈ అకాడమీలో హిందీ రాని వారికి హిందీ నేర్పి, కొన్నాళ్లపాటు ప్రభుత్వ ఉద్యోగాల్లో అదనపు సౌకర్యాలు కల్పిస్తారు.

(5) దేశానికి మరొక రాజధాని ఉండాలి: "జాతీయ భద్రత దృష్ట్యా, మహారాష్ట్ర, ఆంధ్రప్రదేశ్ మరియు దక్షిణ భారతదేశంలోని ఇతర ప్రాంతాల ప్రజలలో కేంద్ర ప్రభుత్వ ప్రధాన కార్యాలయం మరియు భారత పార్లమెంటు సమీపంలో ఉన్నాయనే భావన తీసుకురావడానికి. వారికి కూడా ఢిల్లీతో పాటు హైదరాబాద్‌ను కేంద్ర ప్రభుత్వం రెండో రాజధానిగా చేయడం చాలా అవసరం.

(6) ఎన్నికల వ్యవస్థలో మెరుగుదలలు చేయాలి

(7) మైనారిటీలు మరియు షెడ్యూల్డ్ కులాలు మరియు తెగలకు రాజ్యాంగ భద్రత కల్పించాలి. భాషా సమస్యకు పరిష్కారాన్ని సూచిస్తూ, బాబా సాహబ్ భీమ్‌రావ్ అంబేద్కర్ తన అభిప్రాయాలను ఇలా వ్యక్తం చేశారు: నేను పరిష్కారాన్ని మాత్రమే సూచించగలను. దాని గురించి ఆలోచించడం మరియు అంగీకరించడం పౌరులపై ఉంది." దేశం మరింత బాధపడకూడదనుకుంటే, భాషా సమస్య పట్ల దాని ఉదాసీనతను విస్మరించవలసి ఉంటుంది. ఏ దేశంలోనైనా ప్రజాప్రతినిధులను పార్లమెంటరీ ద్వారా ఎన్నుకుంటారు. ప్రజాస్వామ్యం, ఆ తర్వాత ప్రభుత్వం ఏర్పాటు చేయడం, ఎన్నికలు స్వేచ్ఛగా, నిష్పక్షపాతంగా జరగడం అవసరం.. ఈ అంశంపై బాబా సాహబ్ భీంరావు తన అభిప్రాయాన్ని వెల్లడించారు. క్రింది పదాలు: "పార్లమెంటరీ మార్గం ద్వారా ఎన్నుకోబడిన ప్రభుత్వానికి రెండు స్థావరాలు ఉన్నాయి-(1) ప్రతిపక్ష పార్టీ (2) ఉచిత మరియు నిష్పక్షపాత ఎన్నికలు." కానీ దేశంలో ఏమి జరిగింది మరియు దేశంలో ఇంకా ఏమి జరుగుతోంది- దానికి తన స్పందనను తెలియజేస్తూ బాబా సాహబ్ అంబేద్కర్ 28 అక్టోబర్ 1951 నాడు ఎన్నికల ప్రక్రియను విమర్శిస్తూ ఒక ప్రసంగంలో ఇలా

అన్నారు: "స్వేచ్ఛగా మరియు నిష్పక్షపాతంగా ఎన్నికలను తీసుకురావాలనుకునే వ్యక్తులు చేయకూడదు. దేశ రాజకీయాల్లో బడా వ్యాపారులు పెద్దన్న పాత్ర పోషించేందుకు ప్రయత్నిస్తున్నారనే విషయం మరచిపోయి.. భారత జాతీయ కాంగ్రెస్‌కు బడా వ్యాపారవేత్తలు డబ్బులు ఇవ్వడం ప్రమాదకరం.. ధనికులు ఏదో ఒక రాజకీయ పార్టీ ఎన్నికల నిధికి డబ్బులు ఇస్తే , అప్పుడు దాని ఫలితం ఎలా ఉంటుందో.. తాము డబ్బులిచ్చి సాయం చేసిన రాజకీయ పార్టీ అధికారంలోకి వస్తే.. బడా వ్యాపారులు ప్రభుత్వం నుంచి తప్పకుండా సాయం చేస్తుందని ఆశిస్తారు.. ఇప్పుడున్న చట్టాల్లో మార్పులు చేయడం ద్వారా కానీ.. లేదా.. అటువంటి పరిస్థితిలో వారికి ప్రయోజనం కలిగించే చట్టాలు, పార్లమెంటరీ ప్రభుత్వం పౌరులకు న్యాయం చేయగలదని ఏదైనా ఆశ ఉందా? నేను మీకు మహాభారతం యొక్క ఉదాహరణను ఇవ్వాలనుకుంటున్నాను. పాండవులు మరియు కౌరవుల మధ్య జరిగిన యుద్ధంలో, యుద్ధంలో భీష్ముడు, ద్రోణాచార్యులు కౌరవుల పక్షాన ఉన్నారు. పాండవుల పక్షం సరైనది అయితే కౌరవుల పక్షం తప్పు, అన్యాయం. అప్పుడు ఎవరో భీష్ముని అడిగారు, "పాండవులు సరైన వారైతే, మీరు కౌరవులకు ఎందుకు మద్దతు ఇస్తున్నారు?" దానికి భీష్ముడు ఇలా సమాధానమిచ్చాడు: 'నేను తిన్న ఉప్పుకు నమ్మకంగా ఉండాలి. నేను కౌరవుల ఆహారాన్ని తింటున్నప్పుడు, వారు ఒప్పుకున్నా, తప్పు చేసినా వారి పక్షం వహించాలి. ఈరోజుల్లో అదే జరుగుతోంది. బనియాలు, మార్వాడీలు, ఇతర బహుళజాతి కంపెనీల నుంచి కాంగ్రెస్‌కు ఆర్థిక సాయం అందుతోంది. కాంగ్రెస్ వారి ఆహారం తింటోంది, కాబట్టి, అన్ని ముఖ్యమైన సమయాల్లో, అది వారి వైపు మాత్రమే తీసుకుంటుంది. "ఎన్నికల సమయంలో, ప్రభుత్వ ఉద్యోగులు తమకు మరియు వారిపై ఆధారపడిన వారిని పోషించే రాజకీయ పార్టీకే మొగ్గు చూపుతారు."

ఎన్నికల ప్రక్రియలో ఎందుకు మెరుగుపడలేదు వంశపారంపర్య పాలన, శాశ్వత ప్రభుత్వాల నిర్మూలన లక్ష్యంగా పెట్టుకున్న రాజ్యాంగం ఎన్నికల ప్రక్రియే ఉపకరించినందున దాని లక్ష్యం విజయవంతం కాలేదని బాబా సాహబ్ భీమ్‌రావ్ అంబేద్కర్ చాలా సంవత్సరాల క్రితమే పాలకవర్గ వాస్తవాన్ని ప్రజల ముందు ఉంచారు. వారసత్వ పాలనలో. లోక్‌సభలో చాలా మంది డ్యాన్సర్లు, నటులు-నటీమణులు, వ్యాపారవేత్తలు మరియు వారి నమ్మకమైన వ్యక్తులు మరియు అనేక రకాల నేరస్థులు మరియు చట్టాన్ని ఉల్లంఘించిన వారు ఉన్నారు, కానీ మేధావుల సంఖ్య చాలా తక్కువ.

మైనారిటీల భద్రత

మైనారిటీలకు భద్రత కల్పించడంపై, బాబా సాహబ్ అంబేద్కర్ 23 డిసెంబర్ 1955న తన అభిప్రాయాలను ఈ క్రింది మాటల్లో వ్యక్తం చేశారు: "ప్రత్యేక ఎన్నికలు లేదా సీట్ల రిజర్వేషన్ విధానాన్ని పునఃప్రారంభించకూడదు, ఎక్కువ ఎన్నికల నియోజకవర్గాలను ఏర్పాటు చేస్తే సరిపోతుంది (ఇద్దరు లేదా ముగ్గురు) అభ్యర్థులు. ఇందులో ఒక సభ్యుని ఎన్నికల నియోజక వర్గానికి కల్పించిన నిబంధనను పునఃప్రారంభించాలి మరియు ఎన్నికలను కూడా సమిష్టి పద్ధతిలో నిర్వహించాలి." ఎన్నికల వ్యవస్థలో మెరుగుదల కోసం బాబా సాహబ్ అంబేద్కర్ ఇచ్చిన సూచనలు భారతదేశంలో భవిష్యత్తులో ఏమి జరుగుతుందో అతను చదవగలిగాడని నిరూపిస్తున్నాయి.

చట్టంలో మెరుగుదలలు(1)కార్మికులకు మార్గదర్శకత్వం, భద్రత మరియు సంక్షేమం: బాబా సాహబ్ భీంరావు ప్రకారం, సామాజిక మార్పు మరియు పురోగతిని తీసుకురావడానికి పురుషుల భద్రత చాలా ముఖ్యమైనది. ఈ లక్ష్యాన్ని సాధించడానికి, అతను చట్టాన్ని ఉపయోగించాడు. ఇంతకు ముందు చెప్పినట్లుగా, భారతదేశానికి స్వాతంత్ర్యం రాకముందు, బాబా సాహబ్ భీంరావు 1942 నుండి 1946 వరకు వైస్రాయ్ హింద్ యొక్క వర్కింగ్ కౌన్సిల్‌లో కార్మిక మంత్రిగా ఉన్నారు మరియు అతనికి కార్మిక శాఖ మరియు అనేక ఇతర శాఖలు కూడా ఇవ్వబడ్డాయి. రెండవ ప్రపంచ యుద్ధంలో ప్రపంచం మొత్తం జీవన్మరణాల మధ్య కొట్టుమిట్టాడుతోంది. ఈ పరిస్థితిలో కూడా బాబా సాహబ్ భీంరావు అంబేద్కర్ కూలీలకు సరైన మార్గం చూపడంలో నిమగ్నమయ్యారు. కార్మికుల భద్రత, సంక్షేమం కోసం ప్రణాళికలు రూపొందించి వాటిని అమలు చేస్తూనే ఉన్నాడు. వీటిలో కొన్ని క్రింద ఇవ్వబడ్డాయి:

కార్మికులకు మార్గదర్శకం: 1938లో, మన్మాడ్‌లో రైల్వే ఉద్యోగులను ఉద్దేశించి బాబా సాహబ్ అంబేద్కర్ తన అభిప్రాయాలను ఇలా వ్యక్తం చేశారు: "నా అభిప్రాయం ప్రకారం కార్మికులకు ఇద్దరు శత్రువులు ఉన్నారు, వారిని వారు జయించవలసి ఉంటుంది. ఈ శత్రువులు (1) బ్రాహ్మణవాదం (2) పెట్టుబడిదారీ విధానం. నేను ఉండకూడదుబ్రాహ్మణిజం కార్మికులకు శత్రువు అని నేను చెప్పినప్పుడు తప్పుగా అర్థం చేసుకున్నారు. ద్వారా

బ్రాహ్మణవాదం అంటే నా ఉద్దేశ్యం, బ్రాహ్మణులకు ఒక వర్గంగా ఉన్న అధికారం, హక్కులు, ప్రత్యేక ప్రయోజనాలు. ఈ సందర్భంలో నేను ఆ పదాన్ని ఉపయోగించడం లేదు. బ్రాహ్మణత్వం అంటే నాకు స్వాతంత్ర్యం, సమానత్వం మరియు సోదరభావం లేకపోవడం. బ్రాహ్మణులు దీనికి జన్మనిచ్చినప్పటికీ, ఇది అన్ని తరగతుల ప్రజలలో ప్రబలంగా ఉంది. బ్రాహ్మణత్వం ప్రతిచోటా వ్యాపించింది మరియు అది అన్ని వర్గాల ప్రజల ఆలోచనలు మరియు పనులలో ఏకరీతిగా కనిపిస్తుందనేది కాదనలేని నిజం. బ్రాహ్మణిజం కొన్ని వర్గాలకు ప్రత్యేక హోదా కల్పిస్తుందనేది కూడా కాదనలేని సత్యం. మరికొన్ని

తరగతులకు సమాన అవకాశాలను కూడా అందించడం లేదు. బ్రాహ్మణిజం ప్రభావం కులాంతర వివాహాలు, కలిసి భోజనం చేయడం వంటి సామాజిక హక్కులకే పరిమితం కాలేదు. అలాగైతే ఆందోళన చెందాల్సిన పని ఉండేది కాదు. ఇది పౌరుల హక్కులను కూడా ప్రభావితం చేస్తుంది, ఇది సామాజిక హక్కుల నుండి పూర్తిగా భిన్నంగా ఉంటుంది. పబ్లిక్ బావులు, ప్రజా రవాణా సాధనాలు, పబ్లిక్ కుళాయిలు మరియు నీరు అందుబాటులో ఉన్న ఇతర బహిరంగ ప్రదేశాలు పౌరుడి హక్కుల క్రిందకు వస్తాయి. పౌరుల ఉపయోగం కోసం మరియు ప్రభుత్వ నిధులచే చూసుకునేది ఏది అయినా, పౌరులందరికీ ఉపయోగం కోసం అందుబాటులో ఉండాలి. కానీ, ఈ హక్కులను వినియోగించుకోలేని వారు లక్షల మంది ఉన్నారు. శతాబ్దాల తరబడి కొనసాగుతున్న బ్రాహ్మణిజం కరెంటు తీగలా సజీవంగా ఉండిపోవడమే ఇందుకు కారణమని ఎవరైనా అనుమానించగలరా? బ్రాహ్మణత్వం చాలా విస్తృతంగా ఉంది, అది ఆర్థిక అవకాశాలను కూడా ప్రభావితం చేస్తుంది. కార్మికుల్లో ఐక్యతను తీసుకురావడానికి సరైన పద్ధతి: వారిలో కులం లేదా మతం ఆధారంగా ద్వేషాన్ని పెంచే కారణాలను తొలగించడం అవసరం. కార్మికుడు చేస్తున్న వివక్ష నైతికంగా తప్పని, కార్మికుల ఐక్యతకు హానికరమని కార్మికుడికి చెప్పాలి. కార్మికులు ఐక్యంగా ఉండాలంటే బ్రాహ్మణిజాన్ని పెకిలించి వేయాలి అంటే వారిలో అసమానతా భావం తప్ప మరొకటి కాదు.

పెట్టుబడిదారీ విధానానికి వ్యతిరేకంగా కార్మిక నాయకులు ప్రసంగాలు చేయడం నేను విన్నాను, కాని వారు కార్మికులకు బ్రాహ్మణవాదానికి వ్యతిరేకంగా ప్రసంగం చేయడం నేను ఎప్పుడూ వినలేదు. ఈ అంశంపై వారు మౌనంగా ఉన్నారు. కార్మికుల ఐక్యతతో బ్రాహ్మణత్వానికి సంబంధం లేదన్న నమ్మకంతోనే వారి మౌనం. కార్మికులు సమైక్యంగా ఉండకపోవడానికి బ్రాహ్మణిజమే కారణమని అర్థం చేసుకోలేకపోతున్నారు. లేదా, వారు తమ స్వార్థ ప్రయోజనాల కోసం కార్మికుల మనోభావాలను దెబ్బతీయకూడదనుకోవడం పూర్తిగా అవకాశవాదమే కావచ్చు. నాకు అక్కర్లేదు

దాని వెనుక కారణం తెలుసు. కార్మికులు ఐక్యంగా ఉండకపోవడానికి బ్రాహ్మణిజమే కారణమైతే దానిని తొలగించాలి. ఇది సంక్రమించే వ్యాధి. దాని గురించి మౌనంగా ఉండటం లేదా దానిని విస్మరించడం ద్వారా, అది తీసివేయబడదు. దాని మూలాల నుండి తొలగించబడాలి, అప్పుడే కార్మికుల ఐక్యత సాధ్యపడుతుంది. కార్మిక సంఘం లక్ష్యం: కార్మికుల జీవన ప్రమాణాలు కనీస సౌకర్యాలు లేవని, దానిని తగ్గించకూడదనేది కార్మిక సంఘాల లక్ష్యం. విదేశాలలో (యూరోప్) ఒక సగటు కార్మికుడు అతను పుట్టుకతో పొందిన లేదా తన విద్య ద్వారా సాధించిన జీవన ప్రమాణాన్ని తన హక్కుగా భావిస్తాడు. మరియు ఎవరైనా ఈ హక్కును తీసివేయడానికి ప్రయత్నిస్తే, విదేశీ (యూరోపియన్) కార్మికులు తమ హక్కులపై ఈ దాడిని హృదయపూర్వకంగా వ్యతిరేకిస్తారు. కానీ, అవసరమైన లక్షణాలు మరియు సంకల్ప శక్తి భారతీయ కార్మికుడిలో లేవు. అతను ఎలాగైనా ఉనికిలో ఉండాలని కోరుకుంటాడు. అతను తన జీవన ప్రమాణాన్ని మెరుగుపరుచుకోవాలనుకోడు మరియు అతనిలో తన

జీవన ప్రమాణాన్ని మెరుగుపరుచుకోవాలనే ఉత్సాహం కూడా లేదు.భారతదేశం కంటే కార్మిక సంఘాల అవసరం ఏ దేశానికి లేదు. కానీ, భారతదేశంలో కార్మిక సంఘాలు అలసిపోయి, కుంగిపోయి, చెల్లాచెదురుగా ఉన్నాయి. దీనికి ఒకే ఒక్క కారణం, కార్మిక సంఘాల నాయకత్వం పిరికితనం, స్వార్థం, అవకాశవాదం. కొంతమంది కార్మిక నాయకులు బలహీనమైన నాయకులు, వారు తమ కుర్చీలను కాపాడుకోవాలనే ఆసక్తితో మరియు స్వార్థ రాజకీయాల వైపు ఆసక్తి చూపుతున్నారు. ఈ వ్యక్తులు తమ ఛాయాచిత్రాలు మరియు ఆలోచనలను వార్తాపత్రికలలో ప్రచురించడానికి పరిమితం చేస్తారు. కార్మికులను ఐక్యం చేయడం, కార్మికులకు అవగాహన కల్పించడం, వారి హక్కుల గురించి చెప్పడం, వారి హక్కులను సాధించుకోవడానికి కార్మికులు చేసే పోరాటంలో వారికి సహాయం చేయడం తమ విధుల్లో భాగంగా భావించడం లేదు. వారు తెలుసుకోవాలని కోరుకుంటారు

కార్మికులతో నిజమైన పరిచయం ఏర్పడుతుంది.

రాజకీయాల్లో పాల్గొనడం: కార్మికులను ఒక్కతాటిపైకి తీసుకురావడం, వారిని ఏకం చేయడం మాత్రమే సరిపోదు. రాజకీయ లక్ష్యాలు, లక్ష్యాల కోసం కార్మికులు ఐక్యంగా ఉండాలి. కార్మికుల హక్కుల కోసం మిల్లు యజమానులకు, ఫ్యాక్టరీ యాజమాన్యాలకు వ్యతిరేకంగా చేస్తున్న పోరాటానికి కార్మికులకు సహకరించడమే కార్మిక సంఘం కర్తవ్యం. కార్మిక సంఘం కూడా రాజకీయాల్లో పాల్గొనాలి ఎందుకంటే రాజకీయ అధికారం, అంటే చట్టబద్ధమైన అధికారం లేకుండా కార్మిక సంఘం హక్కులు రక్షించబడవు. ప్రామాణిక రేటు, సాధారణ రోజు, సాధారణ నియమాలు, కనీస వేతనం, సామూహిక బేరసారాలు ఇవి ఉండలేని కొన్ని లక్ష్యాలు కేవలం కార్మిక సంఘాలను ఏకం చేయడం ద్వారా సాధించారు. కార్మిక సంఘాలు చట్ట బలాన్ని జోడించి తమ బలాన్ని పెంచుకోవాలి. కార్మికవర్గం, కార్మిక సంఘాలలో ఐక్యం కాకుండా, దేశ రాజకీయాల్లో కూడా పాలుపంచుకుంటేనే ఇది జరుగుతుంది.

రాజకీయ వర్గం అవగాహనపై ఆధారపడి ఉండాలి. అవగాహన లేని రాజకీయ వర్గం కేవలం కంటి చూపు మాత్రమే. నూతన సమాజం ఏర్పడాలంటే కార్మికులు రాజకీయ శక్తిని సద్వినియోగం చేసుకోవాలి. కార్మికుల భద్రత మరియు సంక్షేమం . త్రైపాక్షిక కార్మికుల సమావేశం: త్రిసభ్య కార్మికుల అనే కమిటీ వేశారు. ఇందులో, (1) యజమానులు (2) కార్మికులు (3) ప్రభుత్వ ప్రతినిధులు అందరూ పాల్గొని కార్మికుల డిమాండ్లు మరియు సమస్యలకు పరిష్కారాలను కనుగొనడానికి ప్రయత్నించారు. బాబా సాహెబ్ భీంరావు మాటల్లో చెప్పాలంటే యాజమాన్యాన్ని, కార్మికుల ప్రతినిధులను ముఖాముఖిగా కూర్చోబెట్టి వారి సమస్యలపై చర్చించడం కార్మికుల ఉద్యమ చరిత్రలో తొలిసారి జరిగింది. కార్మికుల పరిస్థితికి సంబంధించిన రాయల్ కమిషన్ నివేదిక ఇప్పటికే ఉంది. బాబా సాహెబ్ ఒక కమిటీని వేశారు. అక్కడ . ఈ కమిటీలో ముగ్గురు సభ్యులు ఉన్నారు. ఈ కమిటీ అమలు చేసింది రాయల్ వెలుగులో

కార్మికుల సంక్షేమం కోసం అనేక కార్యక్రమాలు బాబా సాహెబ్ భీంరావు సహాయంతో కమిషన్ నివేదిక మరియు ఇతర నివేదికలు అంబేద్కర్ -

1. బొగ్గు గనులలో, మహిళలు భూగర్భంలో కూడా పని చేయాలని కోరారు. బాబా సాహెబ్ మహిళలు భూగర్భంలో పని చేయడాన్ని నిషేధించే చట్టాన్ని ఆమోదించారు.

2. 31 జనవరి 1944న, ఒక ఉత్తర్వు జారీ చేయడం ద్వారా కార్మికుల సంక్షేమ నిధిని రూపొందించారు. బొగ్గు మరియు కోక్‌పై ఎక్సైజ్ సుంకం విధించడం ద్వారా నిధికి డబ్బు వసూలు చేయబడింది. అదేవిధంగా గనుల్లో పనిచేస్తున్న కార్మికులకు సంక్షేమ నిధులు మంజూరు చేశారు.

3. బొగ్గు గనుల్లో పనిచేస్తున్న కార్మికుల సంక్షేమం కోసం సంక్షేమ కమిటీని ఏర్పాటు చేశారు. ఈ కమిటీ ఎనిమిది రాష్ట్రాలు-పశ్చిమ బెంగాల్, బీహార్, ఒరిస్సా, అస్సాం, ఆంధ్రప్రదేశ్, మధ్యప్రదేశ్, మహారాష్ట్ర మరియు తమిళనాడులో దాదాపు 10 లక్షల మంది కార్మికుల కోసం ఆసుపత్రులను ప్రారంభించింది మరియు అధికారులు. ఈ కమిటీ దాదాపు 200 కేంద్రాలను ఏర్పాటు చేసింది, వీటిలో విద్య మరియు వినోదం కోసం ఏర్పాట్లు చేయబడ్డాయి. సాధారణంగా బొగ్గుగనుల ప్రాంతాల్లో నీరు తాగడానికి పనికిరాని కారణంగా లక్షలాది మంది కార్మికులకు స్వచ్ఛమైన తాగునీటి కోసం కమిటీ ఏర్పాట్లు చేసింది. మైకా గనుల్లో కూడా 'మైకా మైన్స్ వర్కర్స్ కమిటీ'ని ఏర్పాటు చేశారు.

4. బాబా సాహెబ్ కూడా హౌసింగ్ ప్లాన్ చేసారు. కార్మిక ఉద్యమ చరిత్రలో తొలిసారిగా గృహనిర్మాణం కోసం కమిటీ పని ప్రారంభించింది కార్మికులు మరియు అధికారులు.

5. వలస కూలీల కోసం చాలా చోట్ల ఇళ్లు నిర్మించబడ్డాయి, ఉదాహరణకు, సిమ్లాలో.

6. బాత్‌రూమ్‌లు మరియు లాకర్లను అందించడానికి చట్టంలో ఒక నిబంధన చేయబడింది గనుల దగ్గర.

7. సామాజిక భద్రత: వర్కర్ కాంపెన్సేషన్ చట్టాన్ని సవరించారు మరియు పరిహారం మొత్తాన్ని పెంచారు.

8. మహిళా కార్మికులకు ప్రసూతి సెలవులు ఇవ్వడానికి చట్టం ఆమోదించబడింది పూర్తి వేతనాలు.

9. డాక్టర్ భీంరావు అంబేద్కర్ కార్మిక మంత్రిగా ఉండగా, ముగ్గురు ఫ్యాక్టరీ చట్టంలో సవరణలు చేశారు. ఇందులో ఏడాది పనికి 14 రోజుల వేతనంతో కూడిన సెలవులు ఉండేలా నిబంధన పెట్టారు. కంపెనీలో ఏడాదిపాటు పనిచేసిన కార్మికుడికి ఏదైనా అనారోగ్యం వస్తే 30 రోజుల వేతనంతో కూడిన సెలవు ఇవ్వాలని చట్టపరమైన నిబంధన పెట్టారు.

10. పారిశ్రామికవేత్తలు కార్మికులను వారి ఇష్టానుసారం రోజంతా పని చేసేవారు. బాబా సాహెబ్ భీంరావు ఒక చట్టాన్ని ఆమోదించడానికి సహాయం చేసారు పని గంటలను వారానికి 48 మరియు 54 గంటలకు మరియు రోజుకు 9 గంటలకు తగ్గించండి 10 గంటలకు బదులుగా. ఈ చట్టం 4 ఏప్రిల్ 1946న ఆమోదించబడింది.

11. బాబా సాహెబ్ అంబేద్కర్ సెంట్రల్ లెజిస్లేటివ్‌లో బిల్లును సమర్పించారు 4 ఏప్రిల్ 1946న అసెంబ్లీ. బిల్లు యొక్క లక్ష్యాన్ని పేర్కొంటూ, "సేవా నిబంధనలను వ్రాతపూర్వకంగా ఇవ్వాలని మరియు సంబంధిత అధికారి ఆ సేవా నిబంధనలను ధృవీకరించాల్సిన అవసరం ఉందని" అన్నారు. 1946 ఏప్రిల్ 23న ఈ బిల్లు ఆమోదించబడింది.

12. ఒక చట్టపరమైన నిబంధనను గుర్తించడం అవసరం కార్మిక సంఘాలు.

13. ఏప్రిల్ 1946లో, సెంట్రల్ లెజిస్లేటివ్ అసెంబ్లీలో, బాబా సాహెబ్ అనే విషయాన్ని నిర్ణయించడమే లక్ష్యంగా అంబేద్కర్ ఒక బిల్లును సమర్పించారు అన్ని పరిశ్రమలకు కనీస వేతనం. ఈ బిల్లు తరువాత చట్టంగా మారింది, మరియు వివిధ పరిశ్రమలు, ఈ చట్టం ఆధారంగా కనీస వేతనం నిర్ణయించబడుతుంది.

14. బాబా సాహెబ్ అంబేద్కర్ కూడా రాష్ట్ర కార్మికుల బిల్లును కేంద్ర శాసనసభలో సమర్పించారు, అది చట్టంగా మారింది. కార్మికులకు ఇప్పుడు అందుతున్న సౌకర్యాలు ఈ చట్టం వల్లనే.

15. ఎంప్లాయిమెంట్ ఎక్స్ఛేంజీలను బాబా సాహెబ్ అంబేద్కర్ కూడా ప్రారంభించారు. బాండెడ్ లేబర్ సమస్యను పరిశోధించడానికి బాబా సాహెబ్ భీంరావు కమిషన్‌ను ప్రారంభించాలని ప్రతిపాదించారు. ఆనాటి కార్మిక నాయకుడు శ్రీ వి.వి పేరును కూడా ఆయన సిఫార్సు చేశారు. కమిషన్ చైర్మన్ పదవికి గిరి. అయితే సంస్థానాధీశుల రాజులు, కాంగ్రెస్ నాయకులు వ్యతిరేకించడంతో కమిషన్ వేయలేకపోయింది. చివరికి, వారు రాజ్యాంగంలోనే బాండెడ్ లేబర్ చట్టవిరుద్ధమని ప్రకటించారు. కార్మికుల హక్కుల పరిరక్షణకు, వారి పురోభివృద్ధికి బాబా సాహెబ్ భీంరావు సూచించిన మార్గంలోనే దేశం నడుస్తోంది. ఈ విధంగా, అతను కార్మికులకు మార్గదర్శకత్వం అందించడమే కాకుండా, వారి భవిష్యత్తును ఉజ్వలంగా మరియు సురక్షితంగా మార్చడానికి, అతను చట్టబద్ధమైన రూపాన్ని కూడా ఇచ్చాడు. అందుకే ఆయన లెజెండ్‌గా గుర్తుండిపోతారు.

చట్టంలో మెరుగుదలలు (2)

హిందూ కోడ్ బిల్లు: హిందూ సమాజం యొక్క సారాంశం కులతత్వం మరియు స్త్రీ పురుషుల అసమానత. ఈ అసమానత మునుపటిలా ఉండనివ్వడం మరియు ఆర్థిక సమస్యలపై చట్టాలు చేయడం భారత రాజ్యాంగాన్ని అపహాస్యం చేయడం మరియు గాలిలో కోటను నిర్మించడం వంటిది. "మన శిక్షాస్మృతిలో చాలా మార్పులు చేయలేము, కానీ మనం వెనుకబడి ఉన్న పని సామాజిక చట్టాలు. ఇప్పుడు, మేము ఈ పనిని మా చేతుల్లోకి తీసుకున్నాము. హిందూ కోడ్ బిల్లు ద్వారా, మేము దాని పూర్తి నిర్మాణాన్ని మారుస్తాము. .....నా జీవితమంతా ఈ పనికి అంకితం చేసాను.అవును, మనం ఒక కొత్త సమాజాన్ని సృష్టిస్తున్నాము, మరియు మేము దీనిని చట్టబద్ధంగా మరియు క్రమపద్ధతిలో చేస్తున్నాము. భారతదేశం మొత్తం మీద విధించిన హిందూ కోడ్ బిల్లును నేను కలిగి ఉంటాను. లేదా హిందూ కోడ్ బిల్లు రాజ్యాంగంతో పోలిస్తే భారతీయ సమాజానికి వంద రెట్లు ఎక్కువ ప్రయోజనకరంగా ఉంటుందని ఎక్కడా రుజువు చేయదు.యొక్క లక్ష్యం. హిందూ కోడ్ బిల్లు: హిందూ కోడ్ బిల్లు యొక్క రెండు లక్ష్యాలు ఉన్నాయి – (1) హిందూ సమాజానికి సంబంధించిన వివిధ చట్టాలను సేకరించి వాటిని ఒకే చట్టంగా మార్చడం మరియు ఈ చట్టాలను సవరించడం. (2) భారత రాజ్యాంగం ప్రకారం హిందూ చట్టాలను రూపొందించడం. మొదటి లక్ష్యానికి సంబంధించినంతవరకు, ప్రబలంగా ఉన్న అనేక చట్టాలను సవరించి హిందూ కోడ్ బిల్లులో చేర్చారు. లో ప్రసంగిస్తూ డాక్టర్ అంబేద్కర్ రెండవ లక్ష్యాన్ని వివరించారు కింది పదాలు "హిందూ కోడ్ బిల్లును వ్యతిరేకిస్తున్న వ్యక్తులు, ప్రాథమిక హక్కులతో వ్యవహరించే రాజ్యాంగంలోని ఆర్టికల్ 15పై వారి దృష్టికి తీసుకురావాలనుకుంటున్నాను." బాబా సాహెబ్ అంబేద్కర్ తయారు చేసి పార్లమెంటులో సమర్పించిన హిందూ కోడ్ బిల్లు ముసాయిదాలో 139 ఆర్టికల్స్ మరియు ఏడు షెడ్యూల్స్ ఉన్న తొమ్మిది భాగాలు ఉన్నాయి. నాలుగు-తరగతి వ్యవస్థ నిర్మూలన: హిందూ కోడ్ బిల్లు అన్ని కులాలు మరియు వర్గాలపై ఎటువంటి మినహాయింపు లేకుండా అమలు చేయబడుతుంది. వీర శైవ బ్రాహ్మణులు, ప్రార్థన సమాజులు, ఆర్య సమాజులు, లింగాయత్‌లు, బౌద్ధులు, జైనులు మరియు సిక్కులపై ఇది అమలు చేయబడింది. మరో మాటలో చెప్పాలంటే, బిల్లు సమాజంలోని నాలుగు-తరగతి వ్యవస్థను చట్టబద్ధంగా నిర్మూలించింది. స్త్రీలకు విడాకులు తీసుకునే హక్కు, బిడ్డను దత్తత తీసుకునే హక్కు, వారసుడిని నియమించుకునే హక్కు, ఆస్తిలో కుమారులు, కుమార్తెలకు సమాన హక్కు కల్పించారు. బాబా సాహెబ్ అంబేద్కర్ రాజీనామా చేసిన నాలుగు సంవత్సరాల తర్వాత బిల్లులోని వివిధ భాగాలు హిందూ కోడ్ బిల్లులోని కొన్ని విభాగాలను భాగాలుగా విభజించి అనేక చట్టాల ఆకృతిని ఇచ్చారు. ఈ చట్టాలు క్రింది విధంగా ఉన్నాయి- 1. హిందూ వివాహ చట్టం, 1955 2. హిందూ వారసత్వ చట్టం, 1956 3. హిందూ మైనర్స్ మరియు గార్డియన్‌షిప్ చట్టం, 1956 4. హిందూ అడాప్షన్స్ అండ్ మెయింటెనెన్స్ యాక్ట్, 1956 5. హిందూ ఉమెన్ ప్రాపర్టీ యాక్ట్, 1957

నల్లచట్టం అంతం: షెడ్యూల్డ్ కులాల సామాజిక వివక్షకు, ఆర్థిక దోపిడీకి చట్టపరమైన ఆమోదం తెలిపి, బాబా సాహబ్ భీమ్‌రావ్ అంబేద్కర్ రాజ్యాంగానికి విరుద్ధమని ప్రకటించి, రద్దు చేసిన అనేక చట్టాలు వివక్షతో కూడుకున్నవి. పంజాబ్‌లో (ఇందులో హిమాచల్, హర్యానా రాష్ట్రాలు ఉన్నాయి), అక్కడ ఇది ఒక నల్లజాతి చట్టం, ఇది మానవ హక్కులను ఉల్లంఘిస్తుంది మరియు దోపిడీ చేసింది, దీనిని పంజాబ్ ల్యాండ్ అలియనేషన్ చట్టం అని పిలుస్తారు. ఈ చట్టం 8 జనవరి 1901న ఆమోదించబడింది మరియు దాదాపు అర్ధ శతాబ్దం పాటు చట్టంగా ప్రబలంగా ఉంది. ఈ చట్టం ప్రకారం, పంజాబ్‌లో నివసిస్తున్న ప్రజలు రైతులు మరియు వ్యవసాయేతరులుగా రెండు భాగాలుగా విభజించబడ్డారు. రైతులు కాని వారు భూమిని కలిగి ఉండడాన్ని నిషేధించారు. అందువల్ల, పంజాబ్‌లో నివసిస్తున్న షెడ్యూల్డ్ కులాల ప్రజలు భూమిని కలిగి ఉండలేరు. వారు బస చేసిన ఆ ఇంటి శిథిలాలను మాత్రమే సొంతం చేసుకోగలిగారు. వారు తమ ఇళ్లు నిర్మించుకున్న ఆ భూమికి చట్టబద్ధమైన యజమానులు కాలేరు. రాజ్యాంగం నవంబర్ 1949లో ఆమోదించబడింది మరియు 26 జనవరి 1950న వర్తిస్తుంది. రాజ్యాంగం అమలులోకి వచ్చిన తర్వాత, బాబా సాహబ్ భీమ్‌రావ్ అంబేద్కర్ గత 20 సంవత్సరాలుగా చట్టవిరుద్ధంగా ప్రకటించాలని ప్రయత్నిస్తున్న ఈ నల్ల చట్టాన్ని చట్ట మంత్రిగా రద్దు చేశారు. అవినీతి నిర్మూలన: ప్రజాస్వామ్య విజయానికి బాబా సాహబ్ భీమ్‌రావ్ అంబేద్కర్ స్వేచ్ఛగా మరియు నిష్పక్షపాతంగా ఎన్నికలకు చాలా ప్రాముఖ్యతనిచ్చేవారు. బాబా సాహబ్ ఎన్నికల కమీషన్ మరియు ఎన్నికల కమీషనర్ పదవిని కూడా చాలా శక్తివంతమైన మరియు మహిమాన్వితమైనదిగా భావించేవారు. కావున, ఎన్నికల్లో అనేక రకాల మోసాలకు, వివక్షకు, బూత్‌లు, బ్యాలెట్ బాక్సులను కబ్జా చేసి, ఇతర అక్రమ మార్గాల్లో అవకతవకలు చేసి ఎన్నికలను ప్రభావితం చేసిన వారిని ఎన్నికల్లో పోటీ చేయకుండా చట్టపరంగా నిషేధించాలని ఆయన కోరారు. ఆయన తన ప్రసంగంలో ఈ ఆలోచనలను ఈ క్రింది మాటల్లో వ్యక్తపరిచారు - "అనుమతులు మరియు లైసెన్స్‌ల యజమానులు, బ్లాక్ మార్కెటీర్లు మరియు కాంట్రాక్టర్లను ఎన్నికల్లో పోటీ చేయడానికి అనర్హులుగా ప్రకటించాలని నేను కోరుకున్నాను. నేను ప్రాతినిధ్యం వహించడానికి ఒక విభాగాన్ని జోడించాను. దీన్ని చేయడానికి ప్రజలు కూడా చట్టం చేస్తారు.కానీ, కాంగ్రెస్ శాసనసభ్యుల తీవ్ర వ్యతిరేకత కారణంగా, నేను ఆ సెక్షన్‌ను తొలగించవలసి వచ్చింది.బాబా సాహబ్ సూచనను అంగీకరించినట్లయితే, బయటికి ప్రజాస్వామ్యంగా కనిపించే భారత ప్రజాస్వామ్యం, కానీ ఇది పదే పదే ప్రజావ్యతిరేకంగా మారుతూ అనేక సార్లు నియంతృత్వానికి నాంది పలుకుతున్నట్లు అనిపించినా అది ఈనాటిది కాదు. మతం మార్పు: డాక్టర్ అంబేద్కర్ వర్గ వ్యవస్థపై ఆధారపడిన మతానికి ప్రాథమిక వ్యతిరేకతను కలిగి ఉన్నారు. క్లాస్ సిస్టమ్‌తో ఎలాంటి షరతులతోనైనా, ఎలాంటి ధరకైనా రాజీ పడేందుకు సిద్ధంగా లేడు. అతను లోతైన ఆలోచన తర్వాత 13 అక్టోబర్ 1935 న యెవ్లా సమావేశంలో తన ఈ అభిప్రాయాలను వ్యక్తం చేశాడు. తాను మతం మారబోతున్నట్లు ప్రకటించాడు. హిందూ సమాజంలో సమానత్వానికి స్థానం లేదన్నారు.“మనం ఈ మతాన్ని విస్మరిస్తేనే మన పరిస్థితి మెరుగుపడుతుంది, అందుకే నేను చేస్తాను

మతం మారడం తప్ప వేరే మార్గం కనిపించదు. "మీ మానవత్వానికి విలువ లేని మతం, ఆ మతంలో ఉండడం మంచిది కాదు.. చదువు చెప్పనివ్వని మతం, ఆ మతంలోనే ఎందుకు ఉంటున్నావు? అడ్డుగా ఉన్న మతం. మీ ఆర్థిక పురోగతిలో, అడుగడుగునా మిమ్మల్ని అవమానించే, మీరు అలాంటి మతంలో ఎందుకు ఉంటారు?" డా. అంబేద్కర్ తన మార్పు గురించి ప్రకటన చేసినప్పుడు

మతం, అది దేశం మొత్తం దావానలంలా వ్యాపించింది. అన్నింటిలో మొదటిది, డాక్టర్ అంబేద్కర్ సిక్కు మతాన్ని స్వీకరించడం గురించి ఆలోచించారు ఎందుకంటే ఇందులో సూత్రప్రాయంగా కుల వ్యవస్థ లేదు మరియు సోదరభావం యొక్క బలమైన భావన ఉంది. అకస్మాత్తుగా, డాక్టర్ అంబేద్కర్ తనకు ఇదంతా వింతగా అనిపించి, సిక్కు మతాన్ని స్వీకరించాలనే ఆలోచనను విస్మరించాడు. డాక్టర్ అంబేద్కర్ ఇస్లాం మరియు క్రైస్తవ మతాల పట్ల ఆకర్షితులు కాలేదు ఇక్కడ అతను తన నాయకత్వాన్ని కోల్పోతాడనే భయంతో ఉన్నాడు. ఇస్లాం అనుచరులు అలా చేయరు వారి మతంలోకి మారిన వ్యక్తికి నాయకత్వం ఇవ్వండి. అదే క్రైస్తవ మతం విషయంలో ఉంది.

అతని మత మార్పిడికి సంబంధించి, B.B.C కి ఇచ్చిన ఇంటర్వ్యూలో మే 1956లో, డాక్టర్ అంబేద్కర్ బౌద్ధ మతం యొక్క ప్రత్యేకతలు మరియు ఉపయోగాల గురించి మాట్లాడారు. అతను చెప్పాడు, "నేను బౌద్ధ మతం వైపు ఆకర్షితుడయ్యాను ఎందుకంటే అది ఇతర మతాలలో కనిపించని మూడు సూత్రాల కలయికను కలిగి ఉంది. బౌద్ధమతం జ్ఞానం, దయ మరియు సమానత్వం యొక్క బోధనను ఇస్తుంది," అక్టోబర్ 1956లో డాక్టర్ అంబేద్కర్ బౌద్ధ మతాన్ని అంగీకరించారు. నాగ్‌పూర్‌లో జరిగిన ఒక చారిత్రాత్మక కార్యక్రమంలో, తన అనుచరులతో, బౌద్ధ సన్యాసి చింతామణి ద్వారా బౌద్ధ మతంలోకి ప్రవేశించాడు. బౌద్ధమతంలోకి మారిన తర్వాత, డాక్టర్ అంబేద్కర్ దాదాపు బౌద్ధుల పవిత్ర స్థలాలన్నింటినీ సందర్శించారు.

ఫైనల్ జర్నీ

ప్రయాణంతో నిండిన జీవితం డాక్టర్ భీంరావును అలసిపోయింది. అతని ఆరోగ్యం క్షీణించింది. అతని వ్యక్తిగత సహాయకుడు నానక్ చంద్ రాతు అతనికి బాగా సేవ చేసేవాడు, కానీ అతను వేరే చోట నివసించేవాడు. నవంబర్ 30న ఢిల్లీకి చేరుకోగానే, తన ఆరోగ్యం చాలా విషమంగా మారిందని తెలుసుకుని, రాత్రంతా అక్కడే ఉండమని కోరాడు. మరుసటి రోజు ఉదయం, డిసెంబర్ 1956లో, డా. అంబేద్కర్‌కు మంచి అనుభూతి కలిగింది. ఢిల్లీలోని మధుర రోడ్డులో ఉన్న బౌద్ధ ఆర్ట్ గ్యాలరీని చూసేందుకు వెళ్లాడు. తదుపరి బుద్ధ జయంతి 2500వ బుద్ధ జయంతి. అంగరంగ వైభవంగా జరుపుకోవాలని ప్లాన్ చేశారు. ఈ సందర్భంగా దలైలామా ఢిల్లీ చేరుకున్నారు. డిసెంబర్ 2న అశోక్ విహార్‌లో దలైలామాకు స్వాగత కార్యక్రమం ఏర్పాటు చేశారు. ఈ కార్యక్రమంలో డాక్టర్ అంబేద్కర్ కూడా పాల్గొన్నారు.డిసెంబర్ 3న, ఉదయం లేచిన తర్వాత. డాక్టర్ అంబేద్కర్ ఆరోగ్యం బాగోలేదని భావించారు. సాయంత్రం, అతను తన తోటమాలి అనారోగ్యంతో ఉన్న భార్యను చూడటానికి వెళ్లి చింతించవద్దని తోటమాలిని కోరాడు. డాక్టర్ అంబేద్కర్ 13 డిసెంబర్ 1956 న బొంబాయికి వెళ్లి బౌద్ధమతంలోకి ప్రవేశించాలని కోరుకునే మహర్ సహచరులను ప్రారంభించారు. దీనికి ముందు తన ముఖ్యమైన పనులను పూర్తి చేయాలనుకున్నాడు. ఆ రోజుల్లో అతను ది బుద్ధ అండ్ హిజ్ ధమ్మా' మరియు 'ది బుద్ధ అండ్ కార్ల్ మార్క్స్' రాసేవాడు. డిసెంబర్ 3న, అతను పుస్తకంలోని చివరి అధ్యాయాన్ని పూర్తి చేసి, దానిని టైప్ చేయడానికి తన అసిస్టెంట్ రాటుకి ఇచ్చాడు. ఆ సమయంలో డా.అంబేద్కర్ రాజ్యసభ సభ్యుడు. డిసెంబర్ 4న ఆయన రాజ్యసభకు వెళ్లారు. అక్కడ తన సహచరులు, శ్రేయోభిలాషులు కొందరిని కలుసుకుని వారితో మాట్లాడారు. డిసెంబర్ 4 రాజ్యసభలో తన చివరి రోజు అని ఎవరికి తెలుసు? సాయంత్రం, అతను ఆచార్య P. K. మరియు శ్రీ S.M.లకు ఉత్తరాలు వ్రాసాడు. జోషి. అతను వీటిని కోరుకున్నాడు ఆయన రిపబ్లికన్ పార్టీలో చేరేందుకు మహారాష్ట్రకు చెందిన ఇద్దరు గొప్ప వ్యక్తులు. అతను తయారు చేస్తున్నాడు దీని కోసం ప్రయత్నాలు. డిసెంబరు 16న బొంబాయిలో జరగనున్న మతమార్పిడి వేడుకకు డా. అంబేద్కర్ కుటుంబ సభ్యులందరూ రాబోతున్నారు. డిసెంబరు 14న తన భార్యతో కలిసి విమానంలో బొంబాయి వెళ్లాలని డాక్టర్ అంబేద్కర్ ప్లాన్. కానీ, అతని మిగిలిన కుటుంబం, అంటే అతని భార్య, డా. శ్రీమతి అంబేద్కర్ తండ్రి మరియు సోదరుడు మరియు మరొక వ్యక్తి, శ్రీ జాదవ్, డిసెంబర్ 4న రైలులో బొంబాయికి బయలుదేరారు. ఆ రోజు రాత్రి పొద్దుపోయేదాకా రాటు పని చేసి రాత్రి తన ఇంట్లోనే పడుకున్నాడు.

చివరి పని దినం

డిసెంబర్ 5 ఉదయం డాక్టర్ అంబేద్కర్ కాస్త ఆలస్యంగా నిద్రలేచారు. అప్పటి వరకు అక్కడే ఉన్న రాటు, డాక్టర్ అంబేద్కర్ నిద్రలేచిన తర్వాత ఆయన వద్ద అనుమతి తీసుకుని ఆయన కార్యాలయానికి బయలుదేరారు. బొంబాయి నుండి అతని భార్య మరియు అతని వైద్యుడు డాక్టర్ మాల్వాంకర్ మాత్రమే ఇంట్లో ఉన్నారు. మధ్యాహ్నం డాక్టర్ సవిత, డాక్టర్ మాల్వాంకర్ మార్కెట్ కు వెళ్లారు. డాక్టర్ మాల్వాంకర్ బొంబాయికి తిరిగి రావడానికి ముందు వారు కొంత షాపింగ్ చేయాల్సి వచ్చింది, కాబట్టి వారు ఇంటికి తిరిగి రావడం ఆలస్యమైంది. సాయంత్రం 6 గంటలకు రాటు తన కార్యాలయం నుంచి డాక్టర్ అంబేద్కర్ ఇంటికి వచ్చేసరికి శ్రీమతి అంబేద్కర్ మార్కెట్ నుంచి అప్పటి వరకు తిరిగి రాలేదు. దీంతో డాక్టర్ అంబేద్కర్ తనను నిర్లక్ష్యం చేస్తున్నారని ఆవేదన వ్యక్తం చేశారు. ఈ విషయాన్ని రాటు కూడా గ్రహించాడు. ప్రశాంతతను కూడగట్టుకుని, డాక్టర్ అంబేద్కర్ రాటుకు టైప్ చేయడానికి కొంత పని ఇచ్చాడు. శ్రీమతి అంబేద్కర్ మార్కెట్ నుండి తిరిగి వచ్చినప్పుడు రాటు తన గదికి వెళ్లబోయాడు. డాక్టర్ అంబేద్కర్ తన కోపాన్ని అదుపు చేసుకోలేక శ్రీమతి అంబేద్కర్‌తో కొన్ని పరుషమైన మాటలు చెప్పారు. శ్రీమతి అంబేద్కర్‌తో విడాకులు తీసుకోవాలనుకుంటున్నట్లు కూడా చెప్పాడు. డాక్టర్ అంబేద్కర్ కోపంగా ఉన్నారని మరియు ఆమె మాట్లాడే ఏదైనా అతన్ని మరింత రెచ్చగొట్టేలా ఉందని డాక్టర్ సవితా అంబేద్కర్ చూశారు. కాబట్టి, డాక్టర్ అంబేద్కర్‌ను శాంతింపజేయడానికి ప్రయత్నించమని ఆమె రాటుతో చెప్పింది. రాటు అతనిని శాంతింపజేయడానికి ప్రయత్నించాడు, మరియు డాక్టర్ అంబేద్కర్ కొద్దిసేపటి తర్వాత శాంతించాడు.ఆ రోజు సాయంత్రం, జైన అనుచరుల ప్రతినిధి ఆయనను కలవడానికి వస్తున్నారు. వారితో చాలా సేపు మాట్లాడాడు. ఆ సమయంలో ఆయనకు 'జైన్ బుద్ధ' పుస్తకాన్ని బహూకరించారు. నిజానికి, వారు మరుసటి రోజు నిర్వహించే ఒక కార్యక్రమానికి డాక్టర్ అంబేద్కర్‌ను ఆహ్వానించడానికి వచ్చారు. వారు తమ ఆహ్వానాన్ని ఆయనకు అందించారు మరియు డాక్టర్ అంబేద్కర్ దానిని అంగీకరించారు మరియు అతని ఆరోగ్యం అనుమతిస్తే, అతను ఖచ్చితంగా కార్యక్రమంలో పాల్గొంటానని వారికి హామీ ఇచ్చారు. డాక్టర్ అంబేద్కర్ జైన్ డిప్యూటేషన్‌తో సంభాషణలో నిమగ్నమై ఉన్నారు, అక్కడ ప్రత్యేకంగా అతనిని చూసుకోవడానికి వచ్చిన డాక్టర్ మాల్వాంకర్ ముందుగా నిర్ణయించిన కార్యక్రమం ప్రకారం బొంబాయికి బయలుదేరారు. మనం ఇంతకు ముందే చెప్పినట్లుగా, శ్రీమతి అంబేద్కర్ బొంబాయికి బయలుదేరే ముందు కొంత షాపింగ్ చేయడానికి అతనితో మార్కెట్‌కి వెళ్ళారు మరియు వారు ఆలస్యంగా రావడంతో డాక్టర్ అంబేద్కర్ కోపంగా ఉన్నారు. డాక్టర్ అంబేద్కర్ తన సోఫాలో కూర్చుని ఏకాగ్రతతో బుద్ధం శర్ణం గచ్ఛామి' అని చదువుతున్నాడు. అది చూసి రాటుకి సంతోషం కలిగింది. అనంతరం డా.అంబేద్కర్ రేడియోగ్రామ్ లో ఇదే పాటను రికార్డు చేయమని రాటుదేలారు. రేడియోగ్రామ్‌లో పాట ప్లే అవుతుండగా, తన పుస్తకాలు కొన్ని తీసి టేబుల్‌పై ఉంచమని రాటుని అడిగాడు.రాత్రి భోజనం

ముగించి తన గదిలోకి వచ్చాడు. అక్కడ అతను హమ్ చేస్తూనే ఉన్నాడు కబీర్ 'చల్ కబీర్ తేరా భావ్ సాగర్ డేరా' పాట కొంతకాలం. అప్పుడు అతను లేచి తన పడకగదికి వెళ్ళాడు. అక్కడ తన వద్ద ఉన్న పుస్తకాలను చూశాడు కొద్దిసేపటి క్రితం అల్మారాలోంచి బయటకు తీయమని రతు కోరింది. డాక్టర్ అంబేద్కర్ అదే రోజు తన పుస్తకం ది బుద్ధ అండ్ హిజ్ ధమ్మానికి ముందుమాట రాశారు మరియు ఆచార్య అగే మరియు మిస్టర్ జోషికి లేఖలు రాశారు. ఇవన్నీ పక్కనే ఉన్న టేబుల్‌పై ఉంచారు. డాక్టర్ అంబేద్కర్ వాటిని మరోసారి చదవాలని కోరుకున్నారు, కాబట్టి వాటిని అక్కడే ఉంచాలని కోరారు. ఈ పుస్తకం 1957లో ఆయన మరణానంతరం ప్రచురించబడింది.

చీకటి రాత్రి

డి అంబడ్లర్ చాలా కాలం పాటు దిన్ దేశాలను కలిగి ఉన్నాడు. కారణంగా, కారణం చేత డాక్టర్ అంబేద్కర్ చాలా కాలంగా మధుమేహంతో బాధపడుతున్నారు. కారణంగా, కారణం చేత రాజకీయ తిరుగుబాట్లు మరియు అతని తీవ్రమైన పని షెడ్యూల్, అతని ఆరోగ్యం చెడిపోయింది. బెడ్ రెస్ట్ తీసుకోవాలని సూచించారు. శ్రీమతి అంబేద్కర్ కలిగి ఉన్నారు అతని చికిత్స కోసం చాలా మంచి ఏర్పాట్లు చేసింది. అతను డిసెంబర్ 5 రాత్రి నిద్రపోయాడు. ఉదయం, అతను లేచి చూసేసరికి, శ్రీమతి అంబేద్కర్ తన భర్త బాగా కనిపించడం లేదు. మళ్లీ పడుకోమని చెప్పి తన రోజువారీ పనుల్లో బిజీ అయిపోయింది. అతని పరిస్థితి బాగా లేకపోవడంతో ఆమె అప్పుడప్పుడూ వచ్చి చూసేది అతని వద్ద. తన రోజువారీ పనులు ముగించుకుని, శ్రీమతి అంబేద్కర్ ఆమెను చూడటానికి వచ్చినప్పుడు భర్త, అతని మెడ ఒక వైపుకు తిరిగిందని మరియు అతను కలిగి ఉన్నాడని ఆమె కనుగొంది చనిపోయాడు

16.చివరి ప్రయాణం

శ్రీమతి అంబేద్కర్ రతును తీసుకురావడానికి కారు పంపారు. అక్కడికి రాగానే ఈ వార్తను డాక్టర్ అంబేద్కర్ బంధువులు, స్నేహితులు, సహచరులు, వార్తాపత్రికలు మరియు AIRకి పంపారు. డాక్టర్ అంబేద్కర్ మరణ వార్తను ఉదయం రెండుసార్లు AIR ప్రసారం చేసింది. 10 గంటలకు పార్లమెంటు సమావేశాలు ప్రారంభమయ్యాయి. పార్లమెంటు పనిని నిలిపివేసి, ప్రధాని పండిట్ నెహ్రూ, డాక్టర్ అంబేద్కర్‌కు నివాళులు అర్పించారు, ఆ తర్వాత పార్లమెంటు ఆ రోజుకు వాయిదా పడింది. పండిట్ నెహ్రూ అక్కడి నుంచి నేరుగా డాక్టర్ అంబేద్కర్ ఇంటికి వెళ్లారు. అక్కడ ఆయన మృతదేహానికి నివాళులర్పించారు. అప్పటి వరకు, డాక్టర్ అంబేద్కర్‌కు నివాళులు అర్పించేందుకు, వార్త విన్న వేలాది మంది ప్రజలు అలీపూర్ రోడ్డులో గుమిగూడారు. పండిట్ గోవింద్ బల్లభ్ పంత్, రాజ్యసభ ఉపాధ్యక్షుడు శ్రీ జగ్జీవన్ రామ్ మరియు ఇతర గొప్ప వ్యక్తులతో సహా భారతదేశంలోని ముఖ్యమైన నాయకులు డాక్టర్ అంబేద్కర్ ఇంటికి పూలమాలలు వేసి నివాళులర్పించారు. డాక్టర్ అంబేద్కర్ మతమార్పిడి వేడుకలో పాల్గొనడానికి డిసెంబర్ 16న బొంబాయికి వెళ్లబోతున్నారు, అయితే విధికి మరేదైనా ఉంది. అతని దహన సంస్కారాలకు బొంబాయి సరైన ప్రదేశంగా భావించబడింది. సమాచార ప్రసార శాఖ మంత్రి శ్రీ జగ్జీవన్ రామ్ మృతదేహాన్ని బొంబాయికి తీసుకెళ్లేందుకు 'దంకార విమానం' ఏర్పాటు చేశారు.రాత్రి 10:30 గంటలకు విమానం బయలుదేరాలని నిర్ణయించారు.డాక్టర్ అంబేద్కర్ అనుచర డా మృత దేహాన్ని ఊరేగింపుగా ఎయిర్‌పోర్టుకు తీసుకువెళ్లనున్నారు.దీని కోసం ఏర్పాట్లు చేశారు.ఒక ట్రక్కును అలంకరించి ఆ ట్రక్కుపై మృతదేహాన్ని ఉంచారు.ఢిల్లీలోని ప్రధాన మార్కెట్ల మీదుగా ఊరేగింపు నిర్ణీత సమయానికి సఫ్దర్‌జంగ్ విమానాశ్రయానికి చేరుకుంది. డాక్టర్ అంబేద్కర్ మృతదేహంతో బొంబాయి వెళ్లేవారిలో సర్వశ్రీ సోహన్‌లాల్ శాస్త్రి, శంకరానంద శాస్త్రి, భిక్షు భవన్ ఆనంద్ శుష్క ఇతర ప్రముఖులు ఉన్నారు. విమానం రాత్రి 3 గంటలకు బొంబాయి చేరుకున్నప్పటికీ, డాక్టర్ అంబేద్కర్‌కు నివాళులు అర్పించేందుకు అక్కడ వేలాది మంది పురుషులు మరియు మహిళలు ఉన్నారు. అతని మృతదేహాన్ని ఊరేగింపుగా అతని దాదర్, బొంబాయి 'రాజ్‌గ్రా' ఇంటికి తీసుకెళ్లారు. 7 డిసెంబర్ 1956న, డాక్టర్ అంబేద్కర్ మృతదేహానికి దహన సంస్కారాలకు ఏర్పాట్లు జరిగాయి. అతని మృతదేహాన్ని పూలతో అలంకరించిన ట్రక్కుపై ఉంచారు మరియు అతని తల దగ్గర బుద్ధుని విగ్రహాన్ని ఉంచారు. అగరబత్తుల సువాసనతో గాలి సువాసనగా ఉంది. మధ్యాహ్నం 1:30 గంటలకు, ఊరేగింపు ప్రారంభమైంది మరియు బొంబాయి మార్కెట్ల గుండా ఐదు గంటలలో శ్మశాన వాటికకు చేరుకుంది. అప్పటిదాకా బొంబాయి రవాణా మొత్తం స్తంభించిపోయింది. డాక్టర్ అంబేద్కర్ చివరి దర్శనం కోసం వేలాది మంది ప్రజలు ఊరేగింపు మార్గంలో ఆసక్తిగా వేచి ఉన్నారు. అందరూ తెల్లని బట్టలు వేసుకున్నారు. ఆ రోజున బొంబాయిలో తెల్లటి 'ధోతీలు' మొత్తం అమ్ముడుపోయిందని ఈ కథ ప్రసిద్ధి

చెందింది. అప్పుడు, ప్రజలు తెల్లటి బెడ్ షీట్లను కొనుగోలు చేసి, డాక్టర్ అంబేద్కర్‌కు నివాళులు అర్పించే వారి కోరికను నెరవేర్చడానికి ప్రయత్నించారు.బొంబాయి. అప్పుడు, ప్రజలు తెల్లటి బెడ్ షీట్లను కొనుగోలు చేసి, డాక్టర్ అంబేద్కర్‌కు నివాళులు అర్పించే వారి కోరికను నెరవేర్చడానికి ప్రయత్నించారు. ఆయన ఒక్కగానొక్క కొడుకు యశ్వంత్ చితి వెలిగించాడు. భిక్షు భవన్ ఆనంద్ కౌసల్యానన్ బౌద్ధ మతం ప్రకారం అన్ని అంత్యక్రియలు నిర్వహించారు. అక్కడ చిన్న సంతాప సభ జరిగింది. అందులో భిక్షు భవన్ ఆనంద్ కౌశల్యన్, ఆచార్య పి.కె. అగే, దాదా సాహెబ్ గైక్వాడ్ మరియు మరో ఇద్దరు వ్యక్తులు మాట్లాడారు. ఆచార్య అగే తన ప్రసంగంలో, "ఓ స్వర్గపు దేవుళ్ళారా! వచ్చి చూడండి! మీరు ఇలాంటి దృశ్యాన్ని ఎప్పటికీ చూడలేరు." కాబట్టి, ఈ విధంగా, ఒక గొప్ప సంఘ సంస్కర్త, అంటరానివారి విమోచకుడు, శాసనసభ్యుడు మరియు దళితులు మరియు దోపిడీకి గురైన ప్రజల మెస్సీయా జీవితాన్ని ముగించారు.

Printed in the USA
CPSIA information can be obtained
at www.ICGtesting.com
LVHW051341171123
764112LV00065B/2179

9 789356 844971